अन्वयार्थ

(लक्ष्मीकांत देशमुख यांच्या साहित्याची समीक्षा)

दिलीपराज प्रकाशन प्रा.लि.™

२५१ क, शनिवार पेठ, पुणे - ४११०३०.

दिलीपराज प्रकाशनाची सर्व पुस्तके आता आपण **Online** खरेदी करू शकता.

आमच्या **Website** ला कृपया एकदा अवश्य भेट द्या. अथवा **Email** करा.

Email - diliprajprakashan@yahoo.in

www.diliprajprakashan.in

अन्वयार्थ

(लक्ष्मीकांत देशमुख यांच्या साहित्याची समीक्षा)

संपादक

डॉ. रणधीर शिंदे

दिलीपराज प्रकाशन प्रा.लि. TM

२५१ क, शनिवार पेठ, पुणे - ४११०३०.

अन्वयार्थ / Anvayartha
(लक्ष्मीकांत देशमुख यांच्या साहित्याची समीक्षा)
संपादक : डॉ. रणधीर शिंदे

◆ **प्रकाशक**
राजीव दत्तात्रय बर्वे,
मॅनेजिंग डायरेक्टर,
दिलीपराज प्रकाशन प्रा. लि.,
२५१ क, शनिवार पेठ, पुणे - ४११ ०३०.
दूरध्वनी क्रमांक (फॅक्ससहित)
२४४७१७२३। २४४८३९९५ । २४४९५३१४

◆ **प्रथमावृत्ती** - १४ फेब्रुवारी २०१५

◆ **प्रकाशन क्रमांक** - २२०५

◆ **ISBN** - 978 - 93 - 5117 - 043 - 3

◆ **टाईपसेटिंग**
का. वि. शिगवण
अक्षरवेल,
दत्तवाडी, पुणे ४११ ०३०.

◆ **मुद्रितशोधन**
एस. एम. जोशी

◆ **मुखपृष्ठ**
हेमंत देशपांडे

अनुक्रमणिका

भाग १ : एकूण साहित्य

- प्रस्तावना ११
  डॉ. रणधीर शिंदे
- लक्ष्मीकांत देशमुख यांची साहित्यसाधना २०
  अविनाश सप्रे

भाग २ : लक्ष्मीकांत देशमुख यांचे कथाविश्व

- देशमुखांची कथा : जीवनमूल्ये आणि वाङ्मय सौंदर्य २७
  प्रा.राजशेखर शिंदे
- लक्ष्मीकांत देशमुख यांचे कथालेखन ४८
  डॉ. केशव तुपे
- लक्ष्मीकांत देशमुख यांच्या लेखनातील समकालीनता ६२
  भ. मा. परसावळे
- समृद्ध आशयसूत्रात बांधलेल्या कथा : एक अभिनव प्रयोग ७०
  डॉ. आनंद पाटील
- लक्ष्मीकांत देशमुख यांच्या कथांमधील स्त्रीरूपदर्शन ८८
  विष्णू नारायण पावले
- ग्रामीण वर्तमानाच्या कथा १०५
  ना. धों. महानोर
- पाण्यावाचून दाही दिशा - सुन्न करणारा अनुभव ११०
  शंकर सारडा
- 'जलभान' देणाऱ्या कथा ११५
  डॉ. मंगेश कश्यप

अनुक्रमणिका

- खेळाडूंच्या जीवनसंघर्षाचे मनोज्ञ चित्रण १९९
  सुनीलकुमार लवटे
- खेळाडूंमधील 'माणूसपणाची' शोधयात्रा १२३
  प्रा. मिलिंद जोशी
- स्त्रीभ्रूणहत्या प्रश्नाचा ललित दस्तऐवज १२८
  प्रा. पुष्पा भावे
- स्त्रीभ्रूण हत्येविरोधातील चळवळ आणि देशमुख यांची कथा १३२
  मेघा पानसरे

भाग ३ : लक्ष्मीकांत देशमुख यांचे कादंबरीविश्व

- कादंबरीचे लोकशाहीकरण १४१
  महेंद्र कदम
- सत्ताकारण व समाजहित यांच्यातील द्वैत १४८
  डॉ. अशोक चौसाळकर
- लक्ष्मीकांत देशमुखांच्या कादंबरीतील मुस्लिम जीवनचित्रण १५५
  रफीक सूरज
- लक्ष्मीकांत देशमुख यांच्या कादंबरीची भाषा १७०
  डॉ. नंदकुमार मोरे
- राजकीय सत्यस्थितीचा आविष्कार : अंधेरनगरी १८०
  चंद्रकांत बांदिवडेकर
- राजकीय इतिहासाचे चित्रण १८४
  ग. प्र. प्रधान
- 'इन्किलाब विरुद्ध जिहाद'मधील संस्कृतिसंघर्ष १९२
  डॉ. सदानंद मोरे

अनुक्रमणिका

- आंतरराष्ट्रीय पार्श्वभूमीवरील शोकांतिका २०५
  प्रल्हाद वडेर
- इन्किलाब विरुद्ध जिहाद २१०
  अरुण साधू
- मोठा अवकाश पेलणारी महाकादंबरी २१५
  अनंत मनोहर
- इन्किलाब विरुद्ध जिहाद २१८
  विश्राम गुप्ते
- 'इन्किलाब विरुद्ध जिहाद'मधील धार्मिक आणि राजकीय चर्चा व चिंतन २२६
  वि. दा. वासमकर
- क्रांतीच्या ज्वाला आणि धर्मांधतेची राख २३६
  अभिजित वैद्य
- 'इन्किलाब विरुद्ध जिहाद'ची कथनव्यवस्था २४३
  दत्ता घोलप
- भ्रष्ट व्यवस्थेचे शोकात्म दर्शन २४८
  प्रा. अजित साळुंखे
- हरवलेलं बालपण कादंबरीचे वेगळेपण २५३
  अविनाश सप्रे
- सहृदय माणसाला हादरून टाकणारी कलाकृती २६०
  प्रा. अजित साळुंखे

अनुक्रमणिका

भाग ४ : लक्ष्मीकांत देशमुख यांच्या प्रशासनपर साहित्याचे विश्व

- प्रशासनाचे चित्तवेधक विश्लेषण २६७
  डॉ. प्रकाश पवार
- प्रशासननामा (लोकप्रतिनिधी व प्रशासकीय अधिकाऱ्यांसाठी उद्‌बोधक चिंतननामा) २७४
  प्रभाकर करंदीकर
- प्रशासननामा व बखर २७९
  गूढ, गहन प्रशासनरूपी जंगलाचे चित्तवेधक दर्शन
  लीना मेहेंदळे
- भारतीय प्रशासनाचे सकारात्मक विवेचन २८४
  पांडुरंग भोये

भाग ५ : लक्ष्मीकांत देशमुख यांचे नाट्यविश्व

- आशयधर्मी नाटककार २९३
  विद्यासागर अध्यापक

भाग ६ : मुलाखती

- 'समकालीन वास्तव कलात्मकतेनं टिकणारा 'जागल्या' लेखक आहे.....'' ३०३
  प्रा. रूपाली शिंदे व विनोद शिरसाठ
- 'प्रेमचंद' परंपरेचा पाईक ३४६
  भ. मा. परसावळे
- **लेखक परिचय** ३६३

भाग १

एकूण साहित्य

प्रस्तावना

१९८० नंतरच्या काळात मराठी वाङ्मयीन पर्यावरणात अनेक नवे बदल घडत होते. लघुनियतकालिक चळवळ विसावली होती. अस्मिताकेंद्री वाङ्मयीन चळवळींना नवा अवकाश प्राप्त झाला होता. चळवळप्रेरित वाङ्मयीन आविष्काराचे जोरकस धुमारे अवतीर्ण होत होते. अशा वाङ्मयीन पर्यावरणात लक्ष्मीकांत देशमुख यांनी आपल्या लेखनास सुरुवात केली. आपल्या संवेदनशीलस्वभावाला अनुसरून त्यांनी लेखनाचे अग्रक्रम ठरविलेले दिसतात. ते ज्या क्षेत्रात प्रदीर्घ काळ वावरले अशा जीवनक्षेत्रांतून त्यांना अनेक विषय स्फुरलेले दिसतात. मानवी जीवनाला व्यापून असणाऱ्या राजकीय सत्रासंबंधाचे व भोवतालच्या समाजचित्रणाला साकार करणारे लेखनविषय त्यांच्या साहित्यातून प्रकट झाले आहेत. प्रशासकीय काम करत असताना ज्या सामाजिक कार्याशी त्यांचा संबंध आला अशा कामाच्या प्रेरणेतून अनेक कथा - विषय प्रकटलेले दिसतात.

देशमुख यांच्या एकूण लेखनकामगिरीचा धांडोळा घेणारा हा ग्रंथ आहे. या ग्रंथात देशमुख यांच्या साहित्यविषयीची मांडणी करणाऱ्या विविध लेखांचा समावेश करण्यात आला आहे. देशमुख यांच्या साहित्याचा अन्वयार्थ मांडणारे हे लेख आहेत. कथा, कादंबरी व त्यांच्या प्रशासनविषयक लेखनाचा लेखा-जोखा या ग्रंथात आहे. या ग्रंथासाठी मराठीतील नामवंत विचारवंत, लेखक व अभ्यासकांनी लेख लिहिले आहेत. ललित लेखकापासून ते सामाजिक शास्त्राच्या अभ्यासकांनी लिहिलेले हे लेख आहेत. तीन पिढ्यातील विविध समीक्षकांच्या नजरेतून देशमुख यांच्या लेखनाचे पुनर्वाचन केलेले आहे आणि लेखक, त्याचा संवेदनस्वभाव त्यांच्या चित्रणाचे आथाविषय लेखनसामर्थ्यचे विविध अन्वयार्थ अभ्यासकांनी लावलेले आहेत. या ग्रंथासाठी बरेचसे लेख नव्याने लिहिले गेले आहेत, तर काही त्या त्या काळात प्रकाशित झालेल्या नियतकालिकातील परीक्षणांचाही समावेश केला आहे.

लक्ष्मीकांत देशमुख यांचे एकूण सहा कथासंग्रह प्रकाशित आहेत. १९८३ साली त्यांचा 'कथांजली' हा संग्रह प्रसिद्ध झाला. तर २०१३ साली 'सावित्रीच्या

गर्भात मारलेल्या लेकी' हा संग्रह प्रकाशित झाला. देशमुख यांच्या कथालेखनाधारित अकरा लेखांचा समावेश या संग्रहात आहे.

डॉ. राजशेखर शिंदे यांनी देशमुख यांच्या कथेतील जीवनमूल्ये आणि वाङ्मयीन सौंदर्याचा शोध घेतला आहे. देशमुख यांच्या कथेतील विकासक्रमाचा व विविध वळणांच्या अनुषंगाने कथेतील आशयसूत्रे व शैलीचा शोध घेतला आहे. देशमुख यांच्या लेखनसंवेदनशील स्वभावाचे विविध पैलू उलगडून दाखविले आहेत. या लेखात कथावाचनाची आस्वादरूपे आहेत. डॉ. केशव तुपे यांनी देशमुख यांच्या कथेतून प्रकटणारी मुख्य जाणीवसूत्रे ध्यानात घेऊन कथावाचन केले आहे. स्त्री-पुरुष प्रेमसंबंधापासून समस्याप्रधान विषय त्यांच्या कथेतून कसे आले आहेत त्याची चर्चा केली आहे. बाह्य जीवनाचे तपशील त्यांनी कथेत कसे पुरवल्यामुळे या कथांना प्राप्त झालेली परिमाणात्मकता नोंदविली आहे. सामाजिक आशयसूत्रांना जोरकसपणे पॉईंटआऊट करणाऱ्या देशमुख यांच्या कथा मराठीत आगळ्यावेगळ्या ठरतात हे त्यांचे निरीक्षण महत्त्वाचे आहे. डॉ. आनंद पाटील यांनी देशमुख यांच्या कथेबद्दलची मोठ्या सांस्कृतिक फलकावर नोंदवलेली तौलनिक निरीक्षणे महत्त्वाची आहेत. सूक्ष्म कथावाचनाचे व तीमधील सुसंगत अन्वयार्थाचे तपशील त्यांच्या विवेचनात आहेत. या संहितांचा अर्थ लावण्यासाठी त्यांनी वाङ्मयबाह्य तपशीलाचाही उपयोग केला आहे. एकार्थाने त्यांनी म्हटल्याप्रमाणे हा लेख संहितापूर्व संहितांचे वाचन (EPI - TEXTS) आहे. देशमुख यांच्या कथेतील अनुभवविश्व अनेकतावादी असल्याचे सांगून, अनिल अवचटांच्या सामाजिक कार्यातून जन्मलेल्या माणसांप्रमाणे विकास प्रशासनाच्या ध्यासातून जन्मलेल्या रिपोर्ताज वळणाच्या या कथा आहेत असे महत्त्वाचे निरीक्षण त्यांनी नोंदविले आहे.

विष्णू पावले यांनी देशमुख यांच्या कथांमधील स्त्रीरूपदर्शनाचा विचार केला आहे. देशमुख यांच्या कथेतून स्त्रीजीवनाचे विविधरंगी चित्रण आलेले आहे. माता, भगिनी, सहचारिणी व प्रेयसी रूपातील चित्रणाचे वेगळेपण शोधले आहे. तसेच या जीवनचित्रणामागे असलेला समाजसंदर्भही ध्यानात घेतला आहे. स्त्रीदुःखाचा व शोषणाचा सांस्कृतिक संदर्भ ध्यानात घेऊन त्यासंबंधीचे आकलन मांडले आहे. विशेषतः 'पाणी! पाणी!!' मधील स्त्री-दुःखानुभूतीचे व शोषणाचे 'साती आसरा' च्या रूपकातून मांडलेला अन्वयार्थ वेगळा आहे.

देशमुख यांच्या स्वतंत्र कथासंग्रहावरील लेखही या संग्रहात समाविष्ट आहेत. त्या त्या कथासंग्रहाचे सामर्थ्य अधोरेखित करणारे. *'पाणी! पाणी!!'* या संग्रहावर ना. धों. महानोर, शंकर सारडा व मंगेश कश्यप यांनी लिहिले आहे. नामवंत कवी व शेतीप्रश्नाचे अभ्यासक ना. धों. महानोर यांनी आजच्या ग्रामीण वर्तमानाच्या कथा

म्हणून या कथेकडे पाहिले आहे. ग्रामीण महाराष्ट्राचा पाणी प्रश्न, विकास-प्रगतीच्या पाऊलखुणात आलेल्या अडथळ्याच्या पार्श्वभूमीवर या कथेचे वेगळेपण मांडले आहे.

चित्रकार व कवी भ. मा. परसावळे यांनी देशमुख यांच्या कथेतील एका वेगळ्या पैलूकडे लक्ष वेधले आहे. *'पाणी पाणी'* व *'नंबर वन'* या कथासंग्रहातून व्यक्त होणाऱ्या समकालातील जातिप्रश्नांच्या अंगाने चर्चा केली आहे. आजच्या काळातही जातिभेदाचे दाहक प्रश्न अजूनही अस्तित्वात आहेत. या प्रश्नाकडे देशमुख लेखक म्हणून सहानुभवाने पाहतात. या मागे त्यांच्यात संवेदनस्वभाव इहवादी, विज्ञाननिष्ठ भूमिका असल्याचे नोंदवितात.

मंगेश कश्यप यांनी *'पाणी पाणी'* या संग्रहातील कथांकडे काहीशा शास्त्रीय दृष्टीने पाहिले आहे. भूजलातील साठे, त्याचे वितरण व प्रशासनातील गुंते या अंगाने कथेतील आशयसूत्रांची चर्चा केली आहे. शेती व ग्रामीण जीवनाच्या अर्थव्यवस्थेच्या पाणी व्यवस्थापन वितरणाचा संबंध सांगून त्यातले गुंते नोंदविले आहेत. देशमुख यांच्या ललित लेखनाने जलभानसंवेदना प्रभावी मांडल्याचे सांगितले आहे.

प्राचार्य सुनीलकुमार लवटे व प्रा. मिलिंद जोशी यांनी *'नंबर वन'* या कथा-संग्रहाबद्दलचे आपले विचार मांडले आहेत. खेळाडूचा जीवनसंघर्षाचा व माणूसपणाची शोधयात्रा या कथामालेतून प्रकटल्याचे नोंदविले आहे. थीमबेस्ड कथामालेतील *'सावित्रीच्या गर्भात मारलेल्या लेकी'* हा देशमुखांचा एक वेगळा कथा आविष्कार. प्रा. पुष्पा भावे व डॉ. मेघा पानसरे यांना महाराष्ट्रातील या प्रश्नाची निकड व दाहकतेच्या पार्श्वभूमीवर या कथालेखनाचे वेगळेपण नोंदविले आहे. या कथांचा भूगोल संदर्भ व या प्रश्नावरील जागृतीच्या पार्श्वभूमीवरील हे विवेचन आहे. पुष्पा भावे यांनी या लेखनाकडे समाजवास्तवाचा ललित दस्तऐवज म्हणून याकडे पाहिले आहे, तर मेघा पानसरे यांनी या प्रश्नाच्या समकालीन पार्श्वभूमीवर कथासंदर्भ न्याहाळले आहेत. भारतीय समाजात असलेल्या पितृसत्ताक दृष्टीचा समाजरचनेवर असलेला प्रभाव आणि स्त्री नेहमीच सत्तासंबंधात बळी पडली आहे. या सामाजिक, राजकीय अंगाने विचार केला आहे. कोल्हापूर परिसरातील या प्रश्नासंबंधीचे देशमुखांचे कार्य आणि त्यामुळे झालेली जाणीवजागृती या संदर्भाचाही विचार करीत या कथांचे वेगळेपण शोधले आहे व नेमकेपणाने मांडला आहे.

**

लक्ष्मीकांत देशमुख यांचे कादंबरीविश्व वैशिष्ट्यपूर्ण असे आहे. त्यांच्या एकूण पाच कादंबऱ्या प्रकाशित झाल्या आहेत. या कादंबऱ्यांतून विविध प्रकारची आशयसूत्रे व्यक्त झाली आहेत. प्रशासन व्यवस्था, राजकारण, समाजकारण ते आंतरराष्ट्रीय संस्कृतिसंबंधाचे चित्रण देशमुख यांच्या कादंबरीतून आले आहे. देशमुख यांच्या कादंबरी लेखनाचा परामर्श घेणारे जवळपास सोळा लेख या संग्रहात समाविष्ट आहेत.

प्रा. अविनाश सप्रे, डॉ. महेंद्र कदम, डॉ. रफीक सूरज, व डॉ. नंदकुमार मोरे यांनी देशमुख यांच्या समग्र कादंबरी वाङ्मयाच्या विविध पैलूंवर लिहिले आहे.

अविनाश सप्रे यांनी देशमुख यांच्या लेखनातील उदारमतवादी, मानवतावादी विचारव्यूह शोधला शोधला आहे. प्रशासनाची सर्जनशील चिकित्सा त्यांच्या कादंबरीवाङ्मयात आहे. समकालीन आंतरराष्ट्रीय राजकारणाचे धक्कादायक अंतरंग दाखविणारी 'इन्किलाब विरुद्ध जिहाद' ही मराठीमधली एकमेव कादंबरी असल्याचे सप्रेंनी नमूद केले आहे. अनुभवाचे कल्पितामध्ये रूपांतरण करणारी कादंबरी देशमुखांनी लिहिली आहे. तसेच देशमुख यांच्या कादंबरीची त्यांनी चित्रपट माध्यमाशी तुलना केली आहे. डॉक्युमेंटरीतील दृश्यमिती त्यांच्या कादंबरी रचिताला आहे. मराठीतील साने गुरुजी, वि. स. खांडेकर बोधवादी परंपरेतील देशमुखांची कादंबरी आहे असे महत्त्वाचे निरीक्षण नोंदविले आहे. बदलणारे जग कसे असेल याबद्दलची भूमिका देशमुखांच्या कादंबरीत आहे असे नोंदविले आहे.

डॉ. महेंद्र कदम यांनी हिंदीतील सुप्रसिद्ध विचारवंत मॅनेजर पाण्डेय यांनी मांडलेल्या 'लोकशाही आणि कादंबरी' या विचारसूत्राच्या प्रकाशात देशमुख यांच्या कादंबरीचे स्वरूप विशद केले आहे. देशमुख यांच्या कादंबरीतील आशयसूत्रांचा समकाळातील लोकशाही मूल्यांशी असलेला संबंध स्पष्ट केला आहे. लोकशाहीचे बळकटीकरण करून रांगेतल्या शेवटच्या माणसाला या कादंबरीने केंद्रस्थानी ठेवले आहे, असा विचार मांडला आहे.

मुस्लीम जीवनसंस्कृतीची विपुल चित्रणे देशमुख यांच्या कथात्म साहित्यात आहेत. डॉ. रफीक सूरज यांनी देशमुख यांच्या कादंबरीतील मुस्लीम जीवनचित्रणाच्या वेगळेपणाबद्दलचा विचार मांडला आहे. विशेषतः मुस्लीम स्त्रियांची अधिकांश रूपे त्यांच्या साहित्यात आहेत. मराठी साहित्याने या प्रकारच्या चित्रणाकडे पूर्वग्रही दृष्टीने पाहिले आहे. मुस्लीम संस्कृतीत असणाऱ्या पुरुषप्रधान संस्कृतीच्या प्रभावी चर्चा देशमुखांनी केली आहे. 'सलोमी' च्या तुलनेत 'इन्कलाब विरुद्ध जिहाद' मधील स्त्रिया अधिक बंडखोर व स्वतंत्र विचारसरणीच्या आहेत. या व्यक्तिरेखांतून त्यांच्या विचारसरणीचे वहन केले असून जगातील मुस्लीम संस्कृतीचे, त्यांच्या जीवनरीतीचे देशमुख यांनी बारकाईने केल्याचे चित्रण त्यांनी नमूद केले आहे. डॉ. नंदकुमार मोरे यांनी लक्ष्मीकांत देशमुख यांच्या कादंबरीच्या भाषारूपाबद्दलचा विचार मांडला आहे. भाषेची संदर्भबहुलता ध्यानात घेऊन प्रशासन भाषेची तपशीलवार चित्रे त्यांच्या लेखनात आहेत. औपचारिक भाषारूपे, सिनेमॅटिक स्वरूपाची भाषा व भाषेची संमिश्ररुपे त्यांच्या कादंबरीत असून तीमध्ये काही प्रमाणात भाषिक आवाहकत्वाचा अभाव असल्याचे नोंदविले आहे.

राजकीय जाणिवांचे चित्रण हा देशमुखांच्या कादंबरीचा एक महत्त्वाचा अक्ष

आहे. ग्रामपंचायत, जिल्हापरिषद ते नगरपालिका या जिल्हा प्रशासनातील राजकीय ताणांचे व डावपेचाचे चित्रण देशमुखांच्या कादंबरीत आहे. डॉ. चंद्रकांत बांदिवडेकर यांनी राजकीय सत्यस्थितीचा आविष्कार 'अंधेरनगरी' या कादंबरीतून झाला असल्याचे सांगितले आहे. निवडणुकीच्या यशाचे उद्दिष्ट ठेवून चालविलेले निर्दय खेळ असे वास्तव या कादंबरीतून अधोरेखित झाल्याचे नमूद केले आहे. डॉक्युमेंटरी स्वरूपाच्या या कादंबरीत अधिकारलालसेची प्रेरणा मानवी जीवनात सतत कशी कार्यरत असते हे मांडले आहे.

डॉ. अशोक चौसाळकर यांनी सत्ताकारण आणि समाजहित यांच्यातील द्वैत 'अंधेरनगरी' या कादंबरीचित्रणात शोधले आहे. वेगवेगळ्या जीवनातील अनुभवचित्रणाने साहित्याला कसदारपणा लाभतो, तसेच साहित्याची प्रसरणशीलताही वाढते. या परिप्रेक्ष्यात 'अंधेरनगरीचे' आकलन मांडले आहे. महाराष्ट्रातील स्थानिक स्वराज्य संस्थांमधील राजकारणाचे भेदक चित्रण या कादंबरीत आहे. या कादंबरीतील सत्तासंघर्षाचे स्वरूप लेखकाने चार पातळ्यांवर उभे केले आहे. या सत्तासंघर्षात सहभागी झालेल्या व्यक्ती व त्यांना प्राप्त झालेले आयाम या कादंबरीत आहेत. कादंबरीचित्रणातील तीन वर्षाच्या कार्यकाळातील अनेक बारकाव्यांनिशी सत्ताकारणाचा वेध घेतला आहे. कादंबरी चित्रणातील जीवघेणा सत्तासंघर्ष डॉ. चौसाळकर यांनी राज्यसंस्थेच्या अंगाने न्याहाळला आहे. त्यामुळे या प्रकारच्या आकलनाला नवी दृष्टी प्राप्त झाली आहे.

'इन्किलाब विरुद्ध जिहाद' ही देशमुख यांच्या कादंबरीप्रकल्पातील महत्त्वाची कादंबरी. या महाकथनात आंतरराष्ट्रीय पातळीवरील सांस्कृतिक पट मांडला आहे. अफगाणिस्तानातील सत्तासंघर्षाचे वेधक असे चित्र या कादंबरीत आहे. पारंपरिकता आणि आधुनिकता, सरंजामी धर्मांधतेचे प्रभावी अवशेष आणि साम्यवादी पक्षांची व्यूहनीती यातील तणावाचे चित्रण या कादंबरीत आहे. कादंबरीतील अनोख्या जीवनचित्रणामुळे मराठी सांस्कृतिक जगताकडून तिला चांगला प्रतिसाद मिळाला. प्रस्तुत ग्रंथात या कादंबरीवरील जवळपास नऊ लेखांचा समावेश केला आहे. या कादंबरीचे अनेकपदरी बहुमुखीत्व या अभ्यासकांनी मांडले आहे.

ज्येष्ठ विचारवंत ग. प्र. प्रधान यांनी या कादंबरीकडे राजकीय इतिहासाचे चित्रण करणारी कादंबरी म्हणून पाहिले आहे. जवळपास अर्धशतकातील विशिष्ट भूप्रदेशातील राजकीय उत्पाताचे चित्रणस्वरूप मांडले आहे. डॉ. सदानंद मोरे यांनी या कादंबरीतील संस्कृतिकसंघर्षाचे स्वरूप मोठ्या विचारपटलावर शोधले आहे. मराठी लेखक क्वचितच महाराष्ट्राबाहेरील भूप्रदेशाचे चित्रण करतो असे निरीक्षण नोंदवून 'इन्किलाब' मधील संस्कृतिसंघर्षाचे स्वरूप सांगितले आहे. या कादंबरीतील संघर्ष तिपेडी स्वरूपात त्यांनी शोधला आहे. पाश्चात्त्य संस्कृती आणि साम्यवादी संस्कृती ही एकाच पाश्चात्त्य

आधुनिकतेची दोन रूपे आणि दुसऱ्या बाजूला मध्ययुगीन आचारविचारांचा आग्रह धरणारी इस्लामी संस्कृती यांच्या त्रिकोणमितीचे इन्किलाबमध्ये ललित अंगाने चित्रण केले आहे. यातला एक संघर्ष अमेरिका नियंत्रित पाश्चात्त्य संस्कृती आणि रशियन नियंत्रित संस्कृती यांच्यामधील, दुसरा साम्यवादी आणि स्थानिक संस्कृती व तिसरा पाश्चात्त्य व इस्लामी संस्कृती यांच्यातला आहे. या प्रश्नाची गुंतागुंत कादंबरीत तटस्थतेने हाताळली आहे. या संस्कृतीसंघर्षाकडे त्यांचा पाहण्याचा दृष्टिकोन खुला आहे. कादंबरीतील स्त्री-चित्रणबद्दलचा प्रागतिक दृष्टिकोन व विचारसरणींकडे पाहण्याची सकारात्मक दृष्टी हे या कादंबरीचे यश आहे असे त्यांनी नोंदविले आहे. कादंबरीतील कथनसृष्टीकडे पाहण्याची व आकलनाची वेगळी दृष्टी या विवेचनात आहे.

प्रल्हाद वडेर, अरुण साधू व अनंत मनोहर यांच्या लेखात आंतरराष्ट्रीय पातळीवरील शोकांतिका, कादंबरीचे बहुमितीपण व प्रसरणशीलता, आशयविस्ताराचा विस्तृत फलक - या कादंबरीच्या वैशिष्ट्यांचा निर्देश केला आहे. ही कादंबरी मराठीत नवी गुणात्मक भर घालणारी व नवा पायंडा पाडणारी कादंबरी असल्याचे अरूण साधू यांनी म्हटले आहे.

विश्राम गुप्ते यांनी अर्धशतकाची कहाणी रोचक डॉक्युमेंटरीच्या अंगाने मांडल्याचे म्हटले आहे. या भव्य आकारात पन्नास वर्षांचा रक्तरंजित इतिहास ललित अंगाने उलगडून दाखविला आहे. राजकीय सत्तेची मानवतावादाच्या अनुषंगाने कठोर समीक्षा या कादंबरीत आहे. अनेकविध पात्रांच्या कादंबरीतील उपस्थितीमुळे भावनांचा समृद्धीविस्तार झाल्याचे गुप्ते यांनी म्हटले आहे. अभ्यास आणि प्रतिभाविलास यांचा मिलाफ हा या कादंबरीचा गुण असल्याचे त्यांनी नोंदविला आहे. डॉ. वि. द. वासमकर यांनी या कादंबरीतील धार्मिक आणि राजकीय चर्चाविश्वाचे विशेष नोंदविले आहेत. दत्ता घोलप यांनी 'इन्किलाब विरुद्ध जिहाद' या कादंबरीतील कथनव्यवस्थेचे विशेष नोंदविले आहेत. कथनातील अनेक केंद्रित्व, संवादचर्चा, कथाबाह्य, कथांतर्गत निवेदन - हे समूहचित्रणासाठी उपयुक्त ठरल्याचे म्हटले आहे. लक्ष्मीकांत देशमुख यांच्या 'दूरदर्शन हाजीर हो' व 'अखेरची रात्र' या नाट्यलेखन कामगिरीचा वेध सागर अध्यापक यांनी त्यांच्या लेखात घेतला आहे. मराठीतील एक श्रेष्ठ दर्जाची शोकात्मिका 'अखेरची रात्र' आहे असा त्यांचा निष्कर्ष आहे.

**

प्रशासनविषयक लेखन हा देशमुख यांच्या लेखनाचा एक वेगळा पैलू. प्रदीर्घ काळ शासकीय व्यवस्थेत उच्चपदस्थ अधिकारी म्हणून देशमुख यांनी कार्य केले आहे. या क्षेत्रात दीर्घकाळ ते असल्यामुळे एक प्रकारच्या आंतरिक गरजेपोटी त्यांच्याकडून हे लेखन झाले असावे. *'प्रशासननामा'* व *'बखर भारतीय प्रशासनाची'* ही भारतीय

प्रशासनावरील त्यांची दोन पुस्तके प्रकाशित आहेत. त्यांच्या या प्रशासकीय लेखनाचा लेखाजोखा चार लेखांमधून मांडला आहे. डॉ. प्रकाश पवार यांनी देशमुख यांच्या या लेखनाची विकासलक्षी प्रशासन आणि खाजगी, सार्वजनिक प्रशासन चौकटीमध्ये चर्चा केली आहे. या लेखनास अनुभवजन्य आधार असून आंतरविद्याशाखीय स्वरूपाचे लेखन आहे. असे पवारांनी म्हटले आहे. भारतीय लोकशाहीची वाटचाल, नोकरशाही व्यवस्थेचे अतिशय रोचक पद्धतीचे विवेचन त्यांनी केले आहे. भारतीय प्रशासनाचा विकासलक्षी चेहरा व तीमधील मूल्यात्मक चौकटीत झालेले फेरबदल देशमुख यांच्या लेखनात आहेत. लोकप्रशासनाच्या गरजेसाठी व वाढत्या ज्ञानविस्तारासाठी या प्रकारच्या लेखनाची आवश्यकता त्यांनी प्रतिपादिली आहे. ती महत्त्वाची आहे.

ज्येष्ठ सनदी अधिकारी प्रभाकर करंदीकर यांनी देशमुख यांच्या 'प्रशासननामा'मधील लेखनाचे विशेष लेखात नोंदविले आहेत प्रशासनातील अनेकविध गुंते, तीमधील विविध प्रश्नांचा नेमकावेध या लेखनात आढळतो. असे सांगून या लेखनातल्या वाचनीयतेमुळे त्याचे नाते कादंबरी प्रकाराशी जोडले आहे. लीना मेहेंदळे यांनी देशमुख यांच्या या प्रकारच्या लेखनाचे काही मार्मिक विशेष नोंदविले आहेत. 'प्रशासननामा' ही छोट्या छोट्या प्रसंगातून फुलविलेली कथानके आहेत असे त्यांना वाटते. तर 'बखर भारतीय प्रशासनाची' हे पुस्तक भारतीय प्रशासनातील अकादमिक विश्लेषक या स्वरूपाचे आहे.

या संपादनात अखेरच्या भागात देशमुख यांच्या दोन मुलाखती आहेत. भ. मा. परसावळे, विनोद शिरसाठ व रूपाली शिंदे यांनी या मुलाखती घेतल्या आहेत. एक प्रशासकीय अधिकारी व लेखक म्हणून झालेली देशमुखांची त्यांची जडण-घडण व त्यांच्या वाटचालीचे दर्शन या मुलाखतीत आहे. देशमुख यांचा लेखन-स्वभाव, निर्मितीप्रेरणा, वाचसंस्कार व निर्मितिप्रक्रियेचा उलगडा करणारी अनेक रहस्ये या मुलाखतीत आहेत. प्रशासकीय कामातील अनुभव आणि भवताल, वाचनाच्या दिशा त्यामध्ये आहेत. शेवटच्या माणसाच्या संघर्षाची कथा, त्याच्या दु:ख, संवेदना लेखक म्हणून त्यांनी जोडून घेतल्या आहे. या अर्थाने त्यांना गांधीवादाचे व प्रेमचंदाचे आकर्षण आहे. त्या धारेला ते स्वत:ला जोडून घेतात. वाचक व लेखक यांच्यातला संवादसेतू अधिकाधिक घट्ट होऊन उद्याच्या सुंदर भविष्यासाठीची उत्कट स्वप्ने पाहावीत असा आशावादी दृष्टिकोन त्यांच्या विचारदृष्टीत आहे. लेखक लक्ष्मीकांत देशमुख जाणून घेण्यासाठी व त्याच्या साहित्याच्या निर्मितिप्रेरणांचे रहस्य आजमावण्यासाठी या मुलाखती महत्त्वाच्या होत.

एकंदरीतच लक्ष्मीकांत देशमुख यांच्या एकूण लेखनाविषयीच्या कामगिरीचा आलेख या ग्रंथात पाहायला मिळतो. एका लेखकाची जडणघडण, त्याचा संवेदनशील

स्वभाव, आस्थाविषय व लेखनसामर्थ्येचा याचा धांडोळा विविध अभ्यासकांच्या लेखनातून साकार झालेला आहे. देशमुख यांचे कथात्म साहित्य व प्रशासकीय लेखनाचे वेगळेपण, त्यामधील अंत:सूत्रे याची चर्चा या ग्रंथात आहे. रोमँटिक संवेदनेपासून समाजवृत्तातपर विषयाचा आलेख देशमुख यांच्या साहित्यात आहे. थीमबेस्ड स्वरूपाच्या तीन कथामाला त्यांनी लिहिल्या. अनेक नवे विषय कथाकादंबरीत प्रवेशित केले. सामाजिक जीवनाची इतिवृत्ते त्यांच्या लेखनात आहेत. समस्याप्रधान कथा म्हणून या कथारचिताला वेगळे असे मूल्य आहे. ग्रामीण महाराष्ट्राचा पाणी प्रश्न ते स्त्रीभ्रूणहत्या यासारख्या विषयावरील कथामाला या ललित दस्तऐवज म्हणून पाहता येतात. तर *'हरवलेले दिवस'* ही बालमजुरांच्या प्रश्नावरील मराठीतील एकमेव कादंबरी असावी.

देशमुख यांच्या कथात्म साहित्यातून मोठ्या प्रमाणात राजकीय जाणिवांचे चित्रण आलेले आहे. स्थानिक स्वराज्यसंस्थेपासून ते आंतरराष्ट्रीय राजकारणाचा नकाशा त्यांच्या लेखनात आहे. सत्तास्पर्धेतील डावपेचांचे, ढासळत्या मूल्यदृष्टीचे वेगळे असे भान त्यांच्या लेखनात आहे. राजकारणाच्या या सामूहिक समाजदर्शनाचा पट निर्माण करण्यासाठी सारा समूहच त्यांनी कादंबरीच्या केंद्रस्थानी आणला. *'अंधेरनगरी'* व *'इन्किलाब विरुद्ध जिहाद'*मधील पात्रांची संख्या ध्यानात यावी इतक्या वैपुल्याने या पात्रांचा वावर कादंबरीत आहे. त्यांच्या कादंबरीतील राजकीय सत्ताप्राप्तीच्या रचितात लेखक म्हणून त्यांची विशिष्ट भूमिका आहे. ती आदर्शवादाच्या अंगाने उलगडले आहे. त्यामुळे कथनविषयावर त्यांच्या या मूल्यदृष्टीचा प्रभाव आहे व त्या दृष्टीने त्या साहित्यकृती नियंत्रित केलेल्या दिसतात.

आधुनिक विचारविश्वातील मानववादी विचारांचा संस्कारठसा त्यांच्या लेखनावर आहे. त्यामुळेच ते स्वत:ला प्रेमचंद परंपरेतील लेखक मानतात. उद्याच्या सुंदर दिवसाचे स्वप्न हा आशावाद त्यांच्या साहित्याचा स्थायीभाव आहे. त्यामुळेच एक बोधवादी, आदर्शवादी, नीतिवादी जाणिवेचा प्रभाव त्यांच्या एकूण लेखनावर आहे. देशमुख यांच्या साहित्यात प्रशासकीय जीवनाचे तिथल्या बारकाव्यांसह तपशीलवार चित्रण आले आहे. त्याचबरोबर भारतीय प्रशासनाचा उदय, वाटचाल व भवितव्य यावरील त्यांचे लेखन महत्त्वाचे आहे. राज्यसंस्थाविषयक हे लेखन अकादमिक दृष्ट्या महत्त्वाचे आहे. त्यास आंतरविद्याशाखीय अभ्यासाची जोड आहे. तसेच ते रोचक ललीत भाषेत पद्धतीने सांगितले आहे.

गेल्या चार दशकात विविध वाङ्मयप्रकारातून लेखन करणाऱ्या लेखकाच्या लेखनाची कळसूत्रे या विविध समीक्षापर लेखात सांगितली आहेत. समकालीन समाजजीवन आणि वाङ्मयीन परंपरेच्या संदर्भात देशमुख यांच्या साहित्याची चिकित्साही या लेखनात आहे. एक लेखक समजून घ्यायला व त्यांच्या साहित्यवाचनाकडे

जाण्याच्या दिशा या लेखनात आहेत.

या सर्व लेखांचा समग्र विचार केला तर हे जाणवते की, देशमुख हे समकालीन वास्तवाचा ताकदीने वेध घेणारे आजचे मराठीतले एक महत्त्वाचे लेखक आहेत. त्यांनी जे अनुभवविश्व मराठी साहित्यामध्ये आणले आहे, हे त्यांचे वेगळेपण त्यांच्या साहित्यविषयक असलेल्या भूमिकेतून आणि सामाजिक भानातून आलेले आहे. त्यांच्या या साहित्यविषयक वैशिष्ट्यांचा या ग्रंथातील सहभागी लेखकांनी सखोलतेने वेध घेतला असून त्यामुळे मराठीतला हा वेगळा लेखक समजून घेण्यास निश्चित मदत होईल.

या ग्रंथाच्या निर्मितीसाठी अनेकांचे सहकार्य लाभले. महाराष्ट्रातील जुन्या - नव्या पिढीतील नामवंत अभ्यासकांनी वेळेत लेख लिहून दिले. विशेषत: ना. धों. महानोर, डॉ. सदानंद मोरे, डॉ. अशोक चौसाळकर व डॉ. आनंद पाटील यांनी त्यांच्या व्यस्त कार्यकाळात लेख लिहून दिले, त्याबद्दल त्यांचे आभार. तसेच या ग्रंथासाठी लेखन केलेल्या सर्व लेखकांचेही आधार. पूर्वप्रसिद्ध लेख लक्ष्मीकांत देशमख यांनी उपलब्ध करून दिले. देशमुख यांच्या मुलाखतीसाठी भ. मा. परसावळे, विनोद शिरसाठ व रूपाली शिंदे यांचे साहाय्य लाभले. त्यांचेही आभार. दिलीपराज प्रकाशनाचे श्री. राजीव बर्वे व त्यांचे सहकारी यांचे आभार. विष्णू पावले, प्रवीण लोंढे, सीमा मुसळे व सागर शंकर या माझ्या विद्यार्थ्यांनी या कामात मला साहाय्य केले त्यांचेही आभार.

डॉ. रणधीर शिंदे

लक्ष्मीकांत देशमुख यांची साहित्यसाधना

अविनाश सप्रे

श्री. लक्ष्मीकांत देशमुख हे महाराष्ट्राच्या प्रशासन सेवेतील एक कर्तव्यदक्ष, कर्तबगार, कल्पक व यशस्वी प्रशासक आहेत आणि मराठी साहित्यातले प्रतिभावान व प्रथितयश सर्जनशील लेखकही आहेत. प्रशासक आणि लेखक या त्यांच्या व्यक्तिमत्त्वातील परस्परभिन्न भूमिका नसून त्या परस्परपूरक आहेत, हे या दोन्ही क्षेत्रांतले त्यांचे वेगळेपण आहे. लेखक असल्यामुळे त्यांच्या प्रशासकीय शैलीचा चेहरा मानवी राहिला आहे आणि प्रशासक या नात्याने त्यांना जनजीवनाचा अगदी थेट व आतून बाहेरून विविध अंगाने, विविध वैविध्याने आणि वैशिष्ट्यांनी जो साक्षात अनुभव घेता आला आहे त्यामुळे त्यांच्यातला लेखक समृद्ध आणि संपन्न झाला आहे. एक माणूस म्हणूनही त्यांची जीवनदृष्टी उदारमतवादी, परिवर्तनशील, पुरोगामी आणि मानवतावादी मूल्यांच्या संस्कारांतून आणि स्वीकारातून तयार झाली आहे. बदलत्या व गतिमान विश्वाचे त्यांना भान आहे. होत असलेल्या बदलाबरोबर वाहत न जाता त्यातले बरेवाईटपण जोखण्याची चिकित्सक वृत्ती त्यांच्यात आहे. मुख्य म्हणजे, कोणत्याही परिस्थितीत आपण अंगीकारलेली नैतिकता आणि निष्ठा यावरची श्रद्धा ते अढळपणे जपत आले आहेत. त्यांचे साहित्य म्हणूनच वाचतीय तर आहेच, पण वाचकांना अंतर्मुख करणारेही आहे. सर्जनशील लेखन 'सेडेटीव्हज' सारखे गुंगी आणणारे असून नये, तर वाचकामध्ये 'प्रक्षोभ' निर्माण करणारे (इरेटिव्ह) असायला हवे, असे प्रख्यात फ्रेंच लेखक ज्याँ पॉल सार्त्रने म्हटले आहे. लक्ष्मीकांत देशमुख यांचे लेखन अशा स्वरूपाचे आहे. एक लेखक म्हणून देशमुख यांना The insulted and the injured ...... The poor folk (डोस्तोव्हस्कीचे शब्द) बद्दल मनापासून कळवळा आहे आणि त्यांच्या भल्यासाठी साऱ्या प्रतिकूल परिस्थितीतही झगडणाऱ्यांबद्दल आदर आणि आस्था आहे.

'पाणी! पाणी!' (कथासंग्रह, १९९८), 'अग्निपथ' (कथासंग्रह, २०१०), 'नंबर वन' (कथासंग्रह, २००८), 'अंधेरनगरी' (कादंबरी, १९९४), 'ऑक्टोपस' (कादंबरी) आणि 'इन्किलाब विरुद्ध जिहाद' (कादंबरी) ही लक्ष्मीकांत देशमुख यांची साहित्यसंपदा आहे. या साहित्यातून त्यांनी समकालीन जीवनातील वास्तवाचा धीट आणि भेदकपणे वेध घेतला आहे.

'पाणी! पाणी!!' आणि 'नंबर वन' मधल्या सर्व कथा 'थीम बेस्ड' आहेत, हे त्यांचे एक खास वैशिष्ट्य म्हणून सांगता येईल. 'पाणी! पाणी!!' मध्ये पाणी हे मध्यवर्ती विषयसूत्र आहे. गोरगरिबांची पाण्याअभावी होणारी भयानक परवड आणि धनदांडग्यांनी केलेली पाण्याची लयलूट हे आजच्या ग्रामीण जीवनाचे अंगावर येणारे व शहारे आणणारे वास्तव आहे. शासकीय योजना, त्या राबवणाऱ्यांची मनोवृत्ती, हितसंबंधाचे राजकारण, गोरगरिबांच्या हाल-अपेष्टा, शोषण, धनदांडग्यांची मुजोर वृत्ती आणि एकूणच उजाड होत चाललेली खेडी - याचे भेदक दर्शन या संग्रहातल्या कथांतून घडवण्यात आले आहे. 'नंबर वन' या कथासंग्रहाचे मध्यवर्ती सूत्र क्रीडाविश्व हे आहे. खेळ-खेळाडू, त्यांच्यातील स्पर्धा, असूया, द्वेष, क्रीडाक्षेत्रातले राजकारण, खेळाडूंची यश मिळण्यासाठी आणि अच्युच्च पदावर पोहोचण्यासाठी चाललेली अखंड धडपड, खेळाडूंचे खासगी जीवन, खेळातले जय-पराजय, खेळाडूंना मिळणारी प्रसिद्धी इ. मधले रोमांचकारी अनुभव 'नंबर वन'मधल्या कथांतून आविष्कृत झाले आहेत.

लोककल्याणासाठी निर्माण करण्यात आलेल्या सर्व प्रकारच्या व्यवस्था आणि संस्था यांमध्ये बोकाळलेला भ्रष्टाचार, साध्य-साधनविवेकाला मूठमाती दिलेले अनैतिक राजकारण, समाजातील ऱ्हासशीलता, मूल्यांची घसरण, व्यक्तिगत जीवनात आलेली हतबलता, अगतिकता, असहायता हे आजचे वास्तव आहे. आदर्शवादाला तर या वास्तवाने मूठमातीच दिली आहे. अशा विपरीत स्थितीतही आपण स्वीकारलेल्या भूमिकेशी प्रतारणा न करता, तडजोड न करता संघर्ष करणाऱ्यांचा जीवनकथा 'अग्निपथ'मध्ये वाचायला मिळतात. या संघर्षाचे मोल यशापयशाच्या तराजूने जोखायचे नसते. I think, I am right, I constitute the majority of one.' (थोरो) अशी त्यांची दृढ श्रद्धा असते. किंमत देऊन 'आतला आवाज' ऐकणाऱ्या अशा व्यक्ती अल्पसंख्यच असणार; पण त्यांचे असणे, त्यांच्या कृती (आणि प्रसंगी त्यांना आलेले अपयशही) प्रेरक असतात; जीवनावरची श्रद्धा टिकवणाऱ्या असतात. एक लेखक या नात्याने श्री. लक्ष्मीकांत देशमुख अशांचे महत्त्व आणि माहात्म्य 'आग्निपथ' मधून अधोरेखित करतात.

हेच आशयसूत्र लक्ष्मीकांत देशमुख यांनी 'ऑक्टोपस' आणि 'अंधेरनगरी'

या कादंबऱ्यांतून व्यापक अवकाशात प्रस्तुत केले आहे. शिक्षण, आरोग्य, पाणीपुरवठा, रस्ते अशा विविध सुविधांच्या रूपात शहरसुधारणा व विकास करण्याच्या हेतूने नगरपालिका ही संस्था अस्तित्वात आली आणि लोकशाहीच्या मार्गाने लोकांच्या प्रतिनिधींचा त्यामध्ये सहभाग करण्यात आला. कल्याणकारी कार्यक्रमाच्या अंमलबजावणीसाठी प्रशासन यंत्रणा निर्माण करण्यात आली. लोकप्रतिनिधी आणि प्रशासनवर्गाने परस्परांना पूरक राहून कारभार करावा, असे अपेक्षित होते. कालौघात या संस्थांतही हितसंबंधाचे व सत्तेचे राजकारण सुरू झाले आणि बघता बघता त्याचे स्वरूप निंद्य आणि अमानुष झाले. अशा संपूर्णपणे प्रतिकूल वातावरणात अत्यंत कर्तव्यदक्षतेने आणि सामाजिक बांधिलकीने काम करणारे नगरपालिकेचे मुख्याधिकारी श्री. भांगे यांना केंद्रस्थानी ठेवून श्री. देशमुख यांनी 'अंधेरनगरी' या कादंबरीतून नगरपालिका या महत्त्वाच्या संस्थेची सर्जनशील चिकित्सा केली आहे आणि ती आजच्या वास्तवातली प्रातिनिधिक आहे.

'ऑक्टोपस' या कादंबरीतही हेच दाहक वास्तव आले आहेत. 'ऑक्टोपस'-सारखी सर्व बाजूने वेढलेली भ्रष्टाचारी व्यवस्था, व त्यात धैर्याने आणि धीटपणाने प्रशासन करणाऱ्याची होणारी दमछाक या कादंबरीत प्रभावीपणे मांडली आहे. 'अंधेरीनगरी'मध्ये एक शहर आहे; तर या कादंबरीत संपूर्ण जिल्हा आला असून जिल्हाधिकारी, त्यांचे दोन कर्तव्यदक्ष सहकारी कादंबरीच्या केंद्रस्थानी आहेत. महसूल खात्याची संपूर्ण जिल्हास्तरावर वावरणारी प्रशासकीय यंत्रणा, तिच्यात वावरणारे भ्रष्ट नोकरदार, त्यांचा वापर करून घेणारे राजकारणी, हितसंबंधांचे राजकारण, समाजकारण अशा विविध पडताळ्यांवरून यातल्या वास्तवाचा अंतर्वेध घेतला जातो. अशा वास्तवात काम करणाऱ्या जिल्हाधिकाऱ्याचे कौटुंबिक भावजीवन, त्यातली ओढाताण व ताणतणाव कसे निर्माण होतात, हेही लक्षात येत राहते. अनेक भल्याबुऱ्या व्यक्ती, प्रसंग आणि घटनांतून ही कादंबरी गतिमान होते आणि वाचकाला खिन्न करून टाकते. व्यवस्थेत राहून व्यवस्थेच्याविरुद्ध झुंज देणे किती अवघड आहे, हे या कादंबरीतून पुन: पुन्हा लक्षात येते. ही व्यवस्था ध्येयवादी अधिकाऱ्यांचा पुन: पुन्हा पराभव करण्यातच धन्यता मानते आणि अशा व्यक्तीला व्यवस्थेतून बाहेर पहायला भाग पाडते. गाव, तालुका आणि जिल्हास्तरावर वावरणाऱ्या एका महत्त्वाच्या व्यवस्थेचे भ्रष्टाचारी स्वरूप आणि त्यात वावरणारी क्षुद्र, स्वार्थी माणसे यांचे अस्वस्थ करणारे दर्शन 'ऑक्टोपस'मध्ये विलक्षण प्रत्ययकारी स्वरूपात घडवण्यात आले आहे.

लक्ष्मीकांत देशमुख यांच्या या सर्व कथाकादंबऱ्या महत्त्वाच्या आहेतच. पण 'इन्किलाब विरुद्ध जिहाद' ही ९३४ पानांची बृहद् कादंबरी हे त्यांचे मराठी

कादंबरीविश्वाला (आणि म्हणून मराठी साहित्यविश्वाला) दिलेले अत्यंत महत्त्वाचे आणि मोलाचे योगदान आहे. प्रादेशिकतेच्या मर्यादा ओलांडून श्री. देशमुख यांनी आंतरराष्ट्रीय पातळीवर घडणाऱ्या विषयाचे शिवधनुष्य यशस्वीपणे पेलले आहे. ही कादंबरी अफगाणिस्तानसारख्या अति संवेदनशील राष्ट्राच्या भौगोलिक परिसरातून निर्माण झालेल्या दहशतवादी राजकारणातून निर्माण होते; त्यामागे असलेल्या आंतरराष्ट्रीय राजकारणाचे धागे-दोरे दाखवून देते. इथल्या दहशतवादाचे व्यक्ती - समाज आणि राष्ट्रजीवनावर झालेले विपरीत आणि उद्ध्वस्त करणारे परिणाम सांगते आणि असे करताना अफगाणिस्तानचा वैशिष्ट्यपूर्ण भूगोल, इतिहास, संस्कृती, कुटुंब व्यवस्था, धर्माचा पगडा, सामाजिक जीवन, परंपरा, राजकारण, अर्थकारण, इथला निसर्ग, वेळोवेळी झालेल्या क्रांत्या, आक्रमण, त्यांचे रक्तरंजित स्वरूप, सत्तांतरे, ती घडवून आणणाऱ्या व्यक्ती, दहशतवादाचा उदय आणि तो निर्माण करणाऱ्या संघटना, त्यांना मिळालेले छुपे आणि उघड पाठबळ, दहशतवादाचे हिंस्र स्वरूप आणि एकूणातच एका संपूर्ण राष्ट्राची झालेली शोकांतिका श्री. लक्ष्मीकांत देशमुख यांनी फार फार समर्थपणे व प्रभावीपणे चित्रित केली आहे. त्यासाठी त्यांनी वापरलेला 'रूपबंध' (form) ही नावीन्यपूर्ण आहे. ही कादंबरी नुसती 'फिक्शन' (Fiction) नाही, तर 'फॅक्शन' (Faction) आहे. याचा अर्थ अफगाणिस्तानाशी संबंधित असलेल्या अधिकृत 'फॅक्टस' आणि सृजनशीलतेने निर्माण केलेल्या कल्पितांच्या (fiction) संयोगातून या कादंबरीची निर्मिती झाली आहे, म्हणून ही कादंबरी म्हणजे 'फॅक्शन.' हा एक प्रयोग आहे आणि तो यशस्वी झाला आहे. अनेक पात्रे, प्रसंग, घडामोडी, उलथापालथी यांची रेलचेल असणारी ही कादंबरी समकालीन आंतरराष्ट्रीय राजकारणाचे धक्कादायक अंतरंग दाखवणारी मराठीतली एकमेव कादंबरी आहे, कादंबरी या वाङ्मयप्रकाराचा आवाका केवढा मोठा असतो, त्याचे सामर्थ्य आणि सौंदर्य कसे असू शकते याचा एक वस्तुपाठच या कादंबरीने घालून दिला आहे.

'एक लेखक म्हणून मी हे जग बदलू शकणार नाही; पण बदलणारे जग कसे असायला हवे, यासाठी भूमिका घेणाऱ्यांमधला मी एक निश्चितच असेन' असे अल्बेर कामूने म्हटले आहे. श्री. लक्ष्मीकांत देशमुख यांचीही अशीच दृष्टी आहे, असे त्यांचे साहित्य वाचून वाटते.

❑

भाग २

लक्ष्मीकांत देशमुख यांचे कथाविश्व

देशमुखांची कथा : जीवनमूल्य आणि वाङ्मयसौंदर्य

प्रा. राजशेखर शिंदे

॥ १ ॥

लक्ष्मीकांत देशमुख हे संवेदनशील व प्रातिभ व्यक्तिमत्त्वाचे अधिकारी व प्रतिभावान लेखक आहेत. ते प्रशासनात होते. प्रचंड वेळखाऊ सेवेत असूनही त्यांनी साहित्याची निर्मिती केली. आणि तेही जीवनसंबद्ध अशा साहित्याची. प्रशासनात कल्पितकल्प साहित्याची निर्मिती (अगर वाचन करणे) म्हणजे आलेला ताण किंवा शिणवटा घालवण्याची मौज! ही मौज लक्ष्मीकांत देशमुखांना परवडणारी नव्हती. हलकेफुलके, चुरचुरीत स्वरूपाचे लेखन करून वाचकांच्या अभिरुचीची आराधना करून लोकप्रिय रंजनपर निर्मितीच्याद्वारे ललामभूत होताही आले असते. 'अंतरीच्या गूढगर्भीत' तसा सूरही त्यांना लागला होता. त्याला बहुपेडी वीण घालणे शक्य होते. परंतु ते तसे न करता ज्या उद्देशाने, प्रेरणेने मुलकी सेवेत ते गेले तो उद्देश आपल्या कार्यात, विचारात आणि कल्पनासंबद्ध निर्माणशील सृजनशील आविष्कारातूनही सफल केला. प्रशासकीय सेवा साध्य न मानता साधन बनवून जीवनानंद भोगला आणि काही कृतीशील विचारांतून जीवन आणि समाज कसे सुंदर करता येईल हे आपल्या शब्दशिल्पातून सांगितले.

लक्ष्मीकांत देशमुखांच्या पहिल्या कथासंग्रहापासून आज उपलब्ध असणाऱ्या शेवटच्या कथासंग्रहापर्यंत आपण वाचत गेलो तर त्यांच्या कथावाङ्मयात श्रेष्ठतर अशा मानव्याचे दर्शन घडते. रोजच्या जीवनात आपण अनुभवलेले व क्षुद्र वाटणारे प्रश्न त्यांनी मांडले आहेत. ते त्यावर आघात करत हळहळ उत्पन्न करतात. संबंध समाजाची करुणा उत्पन्न करत त्यांची कथा मानवतेचीच आराधना करते. त्यामुळे ती उन्नत आणि समाजहितैषी असल्याने ऊर्ज्वस्वल वाटते. ती उच्चतर रंजन आणि व्यापक प्रबोधन साधणारी कथा असल्याने मराठी वाङ्मयातील देशमुखांच्या या

कथा म्हणजे मखमली पलिता आहेत. कथांविषय प्रबोधनपर असूनही नीरस, विरस आणि विटलेपणाचा लवलेशही नाही.

॥२॥

लक्ष्मीकांत देशमुखांनी दहाव्या-बाराव्या वयालाच लेखनाला सुरुवात केली. त्यांच्या काही कथा सा. साधना, साप्ताहिक स्वराज्यमधून शालेय वयातच प्रकाशित झाल्या आहेत. पण चांगल्या संग्रहाच्या रूपात त्यांच्या कथेचे पहिले पुस्तक 'अंतरीच्या गूढगर्भी' जाने १९९५ मध्ये प्रकाशित झाले. २००७ मध्ये 'पाणी! पाणी', 'नंबर वन' (२००८), 'सावित्रीच्या गर्भात मारलेल्या लेकी' (२०१३) अशी त्यांची आजवर प्रकाशित कथापुस्तके आहेत. या कथांचा परंपरेच्या कथेहून भिन्न असा एक विशेष आहे. परंपरेच्या कथा व्यक्तिभोवती फिरणाऱ्या, आशय वा व्यक्तिकेंद्री कथा असतात. देशमुखांच्या कथा व्यक्तिजीवनाच्या भोवती असणाऱ्या वा एखाद-दुसऱ्या व्यक्तीच्या सुखदुःखाचे चित्रण करणाऱ्या कथा नाहीत. त्या संपूर्ण गावाच्या, प्रदेशाच्या परिसरातील समस्येच्या, व्यवस्थेच्या, व्यवस्था लावणाऱ्या व्यवस्थेच्या कथा आहेत. समाजाच्या महावस्त्रावरचे हे विणकाम आहे. या लेखकाच्या कथांत येणाऱ्या व्यक्ती या घटकमात्र असतात. त्यांच्यायोगे लेखकाने सौंदर्य निर्माण केलेले आहे.

दुसरा एक महत्त्वाचा विशेष म्हणजे देशमुखांचे कथालेखन एकसूरी नाही. चारही संग्रहांचे विषय आणि आशय निराळा आहे. एकीचा विषय दुसरीत असे 'पाणी घालून कढीला उतू' आणलेला नसतो. समोर येणाऱ्या समस्येचा हरएक पातळीवरून शोध घेणे या ध्यासातून या कथा आपोआपच अंकुरतात. विषय वेगळा म्हणून आशयाचा वेषसुद्धा संग्रहानुसार नवा. प्रत्येक कथेत जनसमुदाय असतो, किंवा मग ती समुदायावर बेतलेली असते. 'अंतरीच्या गूढगर्भा' तून जन्मून सबंध अवनीतलात विहरणारी, व्यापक पटलावरील गाभ्याला भिडणारी ही कथा आहे.

प्रत्येक कथापुस्तकाचा एक विषय, आशयाची अनेक आवरणे, तितकाच त्यातील साधेपणा मनाला मोहित करणारा आणि विषयाच्या अनुषंगाने त्यातील रचनाकौशल्य, कलात्मदृष्टी मनाला थक्क करणारी आहे. देशमुखांच्या या कथांच्या विषयी उदात्तीकरण करून म्हणायचे झाल्यास गद्यरूपातील भौतिक जीवनगाड्याचे (आध्यात्मिक नव्हे) सारथ्य करणाऱ्या महंताच्या कथा आहेत. कारण या कथांच्या मागील उद्देश समाजाचे मांगल्य व माणूसपणाचे हितरक्षण असा आहे. माणूस म्हणून सुसंस्कृत समाजात जगताना 'राजाला' सर्व समाजाचे दुःखकारण कळले पाहिजे. प्रजेला, समाजालाही कर्तव्यपराङ्मुख होता येत नाही. अशा प्रबोधनाच्या

उद्देशाने प्रेरित झालेल्या कथा आहेत. म्हणून आधुनिक काळातील संतत्वाचा वेश असे या कथांविषयी म्हणता येईल.

कथाकारांनीच आपल्या कथा 'थीमबेस्ट' आहेत, असे म्हटले आहे. वरील प्रबोधनविचार थीमबेस्डस लागू होतो. संतांना समाजाविषयी कणव, कळवळा होता. 'थीमबेस्ड' ची जातकुळी हीच असते. जेव्हा कणव आणि कळवळा यांचा अश्रू पुसण्याचा उद्देश असतो तेव्हा अशा स्वरूपाच्या वाङ्मयाचे मूल्यही त्यातच शोधावे लागते. साहित्याच्या तत्त्वज्ञानामधून ते पारखून पाहायचे नसते. याउलट देशमुखांच्या थीमबेस्ड वा प्रबोधनपर मूल्य असलेल्या कथांच्या वाङ्मयमूल्यांची विचक्षणा केली तरीही त्या सरस व दीप्तिमान वाटतात. कलात्म बांधणीतून एकही सुटलेली अगर ढिसाळ रचना झालेली नाही. कलात्मदृष्ट्या प्रत्येक कथा तर्कसंगत व रचनागत सौंदर्य असलेली अशीच आहे. प्रबोधन वा थीमबेस वाङ्मय रसवत्तेच्या दृष्टीने मिळमिळीत होते, पण इथे हाही दोष उत्पन्न होत नाही. 'पाणी! पाणी!' हा आक्रोश चिंतन करायला प्रवृत्त करतो; 'नंबर बन' मधील खेळाडूंमधील माणसांच्या कथा वाचताना अनेक प्रश्न उपस्थित होतात तर 'सावित्रीच्या गर्भात मारलेल्या लेकी' तील कौर्याच्या परमसीमेने काळीज कापते. या रचनेतील नाट्याचा आणि भावनिक संघर्षाचा एक थरार आपण अनुभव म्हणून या कथा प्रबोधनाला वाङ्मयमूल्य प्राप्त करून देतात.

॥३॥

देशमुखांच्या कथेला निश्चित असा विकासक्रम आहे. दर एका कथा-पुस्तकात नवीन विषय, नवीन आशय आणि नवा थीमबेस-रेनिसाँ-असे कथालेखनाचे सूत्र दिसून येते. 'फिरूनी नवी जन्मेन मी' हा त्यांचा थीमबेस आहे. 'माझ्या घरी मी पाहुणी' का, हा त्यांच्या कथेच्या अवकाशातील शोधाचा विषय होतो.

कूस उजवणे व कूस बदलणे हे शब्दप्रयोग वेगळ्या संदर्भात उपयोजले जात असले तरी दरवेळेला नवीन रंगारूपाचे कथाविषय असल्याने येथे हे शब्द उचितच वाटतात. 'अंतरीच्या गूढगर्भी' हा लक्ष्मीकांत देशमुखांचा पहिला संग्रह. यावर रोमँटिक अटिट्यूडची छाया लख्खपणे दिसून येते. या कथापुस्तकात एक आत्मरत 'मी' आहे. तो म्हणतो, "स्वत:बद्दल सांगणं तितकंस योग्य नाही. तरीही आत्मस्तुतीचा दोष पत्करून मला हे नमूद करावेसे वाटते की, माझं व्यक्तिमत्त्व बरचं वैविध्यपूर्ण आहे. तसा दिसायला मी गोरागोमटा आहे थोडासा फॅटी असलो असलो तरी छाप पडावी अशी उंची व तब्येत आहे." (अंतरीच्या गूढगर्भी : माझे अबोलणेही : ११७) हे स्वच्या आत्मरत वृत्तीचे दर्शकच आहे. (कथाकारही असेच वर्णन

केलेल्याप्रमाणे दिसतात!)

देशमुखांची जीवनदृष्टी अत्यंत नितळ सौंदर्यवादी आहे. 'माझ्या जगण्याचे तत्त्वज्ञान' विषयावर व्याख्यानात ते म्हणाले होते की, ''मी सौंदर्यासक्त आहे. या सौंदर्यासक्त वृत्तीने माझ्या जगण्याला बळ मिळते. आणि स्त्री मला अनेक नात्याने व रूपाने भेटते. तिचे सौंदर्य मला प्रेरक ठरते.'' (गणेशोत्सव : जनता सहकारी बँक व्याख्यानमाला सोलापूर, ३० ऑगस्ट ९४). सौंदर्यासक्त असले तर संदिग्धपणा हा त्यांच्या व्यक्तिमत्त्वाचा म्हणून पर्यवसायी साहित्याचा विशेष नाही. आपले जीवन, आपली वृत्ती (व्यवसाय साधन) आणि साहित्य निर्मिती यात अंतर ते करीत नाहीत. आणि म्हणूनच रसरशीत जीवनासक्ती 'अंतरीच्या गूढगर्भी' कथापुस्तकाची प्रमुख प्रेरणा झाली आहे. हा नायक आत्मरत असल्याने ते कथापुस्तकही काव्यात्म झाले आहे. यामध्ये अधीरता, हुरहुर आणि तरीही नायक स्व-जीवनाविषयी सजग असलेला दिसतो. 'अंतरीच्या गूढगर्भी' तील सर्व सतरा कथांचा नायक एकटा 'मी' च आहे. तो 'सतरा वेळा' आपल्या अनेकविध तळा - कळांमधून व्यक्त झाला आहे.

देशमुखांची काव्यात्मशैली आणि विशिष्ट असा सौंदर्यासक्त संवेदनस्वभाव त्या एकाच संग्रहात 'ग्रथित' (इथे ग्रथित म्हणजे शब्दबद्ध - असा अर्थ) झाला आहे. या संग्रहानंतर त्यांचा संवेदनस्वभाव व पिंडधर्मही पालवलेला व पालटलेला दिसतो. नंतरच्या कथेची प्रेरणा व प्रयोजन हे समाजस्थितीचे दर्शन, लोककल्याण, जागृती राहिली आहे. आपले जगणे आणि आपली निर्मिती यामधील अंतर त्यांनी मिटवलेले आहे. जीवनोद्देश आणि साहित्यप्रयोजन हे एकच साधन केले आहे. 'पाणी! पाणी!', 'नंबर वन', 'सावित्रीच्या गर्भात मारलेल्या लेकी' या कथापुस्तकांत आपल्या प्रतिभाधर्माची ऊर्जा समाजाच्या उन्नयनासाठी उपयोगात आणली आहे. आणि या तिन्ही कथांपुस्तकांतील कथानायक हा प्रशासकीय अधिकारी आहे. तो आपल्या जनतेकडे पालकत्वाच्या, बापाच्या भूमिकेमधून पाहतो आहे. त्यामुळे त्याच्या ठिकाणी सामान्यातिसामान्यांविषयीची ममतेची भावना प्रकट झालेली आहे.

'अंतरीच्या गूढगर्भी' त १७ कथा, 'पाणी! पाणी'त - १४, 'नंबर वन'मध्ये १० व 'सावित्रीच्या गर्भात मारलेल्या लेकी'त ८ कथा व दिवाळी २०१४ च्या वेगवेगळ्या अंकात प्रकाशित ६ कथा अशा आज एकंदर ६० एक कथा उपलब्ध आहेत. प्रस्तुत लेखात प्रत्येक कथेचा विचार केलेला नाही. विश्लेषणाच्या उपयुक्ततेनुसार व सोयीनुसारच कथा घेतलेल्या आहेत.

||४||

'अंतरीच्या गूढ गर्भी' त सेक्स भावनेचे आकर्षण प्रकर्षाने जाणवते. प्रेम भावना ही आदिम भावना आहे. ती स्त्री-पुरुष सहवासातून व्यक्त होते. संग्रहामधील तीन कथानायक अविवाहित आहेत. पीएच. डी. संशोधन मार्गदर्शकाशी न पटल्याने बँकेची चालून आलेली नोकरी धरतो आणि मैत्रिणींचे स्मरण करतो. त्यांच्याशी पत्रव्यवहारही करतो. "असं म्हणतात की हा प्लॅटोनिक प्रेमाचा प्रकार आहे व आज तो कालबाह्य आहे. आजचं मॉडर्न प्रेम शरीराच्या माध्यमातून जमतं व फुलतं. असेलही कदाचित ..... पण माझा तर असा अनुभव आहे. मी मराठवाड्याचा आहे व एक औरंगाबाद शहर सोडलं तर इतरत्र साधं मुलीशी चार शब्द बोलणेही दुर्मीळ असतं. पुण्याला काय चाललंय याच्याशी आपल्याला कर्तव्य नाही. खुद्द औरंगाबादही खूपच मॉडर्न बनलं आहे. माझे अनेक मित्र आपल्या अफेअरची रसीली चर्चा माझ्यापुढे करतात. खोटं कशाला सांगू, मला त्यांचा हेवा वाटतो." (स्वत:च्या मनाचा एक्सरे रिपोर्ट : ३५) अशी सुप्त इच्छा मनात आहेच. त्यांच्या सहवासात तो फुलारतो, त्याची वृत्ती-प्रवृत्ती बहरून येते. सेक्स भावनेचे मुक्त चिंतन आहे. ती भावना म्हणजे काय यावर समंजसपणे, मोकळेपणाने कथारूपामधून विचार प्रकट झाले आहेत. स्त्री-पुरुष मीलनाला सृजनक्रीडा समजली आहे. त्यामुळे विवाहाशिवाय आलेले मातृत्व मोठ्या आवडीने स्वीकारले जाते. रिटा म्हणते. "माझं मातृत्व स्वैराचार नव्हता. मी वासनेला नेहमीच दुय्यम-सेकंडरी समजते. पण माझ्यासारखीला - जी मॅच्युरिटीच्या एका विविक्षित पॉइन्टपर्यंत पोहेचलेली आहे - मला सेक्स - वासना कधीही प्रथम दर्जाची, सर्वाधिक निकडीची वाटणार नाही. ही विकृती खचितच नाही. कारण मलाही देहधर्म आहेत. पण देहाची कायमची सोय व्हावी म्हणून लग्नाचं बंधन मला साफ नामंजूर आहे." (सृजन कसा तडफड करी! पृ. १६३)

सेक्स भावनेचा अत्यंत मोकळेपणा 'बास्टर्ड' कथेत आला आहे. शेवता पारधीण काळीभोर पण आकर्षक बांधा आहे. तिच्या दारू गाळण्याच्या कौशल्यामुळे नानासाहेब देशमुख तिला आपलेसे करतो. तीच त्याला ठेवून घेते. त्याच्यापासून तिला गोरागोमटा मुलगा होतो. देशमुखाच्या मृत्यूनंतर ती पाटलाला ठेवून घेते. याबद्दल तिचा मुलगा बबन विचारतो, तेव्हा ती आपल्या मुलालाच म्हणते, "तुला आज कळलं व्हय? आपलं समदं खुल्लम खुल्ला असतंया. अजून मी बुढी नाय झाले. अजून आग हाय इथं." आग असणाऱ्या जागेला हात लावून मुलाशी बोलणारी बाई विरळाच! या शेवंताच्याविरुद्ध वर्तनाची देशमुखाची पत्नी, आई आणि 'हे खेळ मनाचे सारे' कथेमधील श्रीची आई. तरुणपणी विधवा झाल्याने लहानशा श्रीवर लक्ष केंद्रित करते

आणि श्री डॉक्टर झाल्यावर सर्व स्थिरस्थावर झाल्यावर कामभावना उत्पन्न झाली तेव्हा तिचे ती दमन करते. आणि तिच्यामध्ये भावगंड निर्माण होतो. तरुणपणात पुरुषसंग सोडलेल्या स्त्रीला आता प्रौढपणी, वृद्धत्वाकडे झकुताना 'साहचार आठवल्याने' ती भ्रम झाल्याप्रमाणे वागते. "मी बाई आपली साधीसुधी, जुन्या बाळबोध वळणाची आहे. माझं पाऊल वाकडं पडणं शक्य आहे? मास्तर सारखं माझ्याकडं पाहतात, त्यांची नजर पापी आहे. ती माझा पाठलाग करते रे. मला भीती वाटते श्री!" श्रीची आई हे बोलते तेव्हा श्रीच्या मनात संशयाची पाल चुकचुकते. खरे तर बऱ्याच दिवसांपासून मनात दडून राहिलेली शिरीशिरी उफाळून येते; परंतु ती त्या भावनेचे अस्तित्व नाकारते आणि मनाच्या बेसावध अवस्थेमध्ये भयगंडासारखे वाटू लागले. लैंगिक सुखाची ओढ समजून उमजूनही ती नाकारते. मुलगा ही गोष्ट समजून घेतो आणि आईला शॉक ट्रिटमेंट देऊन घेतो. तिच्या मनातील वासनेचा निचरा होतो. 'ब्रदर्स फिक्सेशन' कथेत बहिणीला भावाची आंतरिक ओढ आहे. खेळाडू असणाऱ्या नवऱ्याला महत्त्व न देता आपल्या भावाचे कौतुक बहीण करते. दोघेही क्रिकेटर; मात्र ती भावाच्या ठिकाणीच पुरुष बघते आणि त्याच्याशी नवऱ्याची तुलना करू लागते. नवऱ्याची विकीची डबल सेंचुरी हुकलेली असताना त्याचे तिला - स्विटीला - काहीच वाटत नाही. परंतु भावाचे कॅलेंडर इयरमधील रेकॉर्ड हुकल्याचे तिला वाईट वाटते. भावाचीही बहिणीविषयीची - स्विटीची - ओढ आहेच. बहीण आपल्या नजरेसमोरच राहावी, तिला हवे तेव्हा भेटता यावे म्हणून तो बहिणीला आपल्या क्रिकेटर मित्राला देतो. त्याच्याशी तिचा विवाह झाल्याने त्याची समस्या सुटते. कुठल्याही देशात गेल्यानंतर तो बहिणीसाठी खरेदी करीत असतोच. विकी म्हणतोसुद्धा, "अरे भाई, आता ती माझी पत्नी आहे मी आहे ना, तिची हौस पुरवायला." तो शेवटी या नात्याला 'ब्रदर्स फिक्सेशन' असे नाव देतो.

सौंदर्याच्या ओढी, सुप्तावस्थेमधील सेक्स, सृजनाचा साक्षात्कार या अंतरीच्या गूढगर्भातील विशेष गोष्टी होय. 'राधा', 'जोकर', 'सृजन कसा तडफड करी!', 'मर्सी किलिंग' या कथांमध्ये सृजनाची निर्मिती प्रक्रिया प्रतिबिंबित झाली आहे. पु. शि. रेगे हे आत्मनिमग्न कवी. रेग्यांनी प्रेमभावना व वासना या गोष्टींना व्यक्तिवाची रूपातून काढून वैश्विक, चिरंतन असे भावरूप काव्यातून प्रकट केले आहे. रेग्यांची 'राधा', त्रिधा राधा, 'बुंथी', 'चापेचिया पिवळा पवळण.....' या कविता प्रेमभावनेच्या नितांतसुंदर आवाहक स्वरूपाच्या आहेत. राधा-कृष्ण यांचा प्रेमविषय भारतीय मनाला आवडता विषय आहे. ते लोभस मिथक भारतातील अनेक कलावंतांनी उचललेले आहे. राधा-कृष्ण हे एकरूप, निरपेक्ष प्रेम कवितेत जसे प्रकटलेले दिसते तसे ते कथेमधून, लघुपट, काव्यातून घेणे म्हणजे कलेचे प्रकारांतरण होय. कलेला

नुसतेच प्रकारांतरण नसून ते एक श्रेष्ठतर रूपांतरणही झाले आहे. ज्या कवितांत कथेचा अंश नाही, त्या कवितांतून लघुपट तयार करण्यासाठी अभिजात अशी कलादृष्टी असावी लागते. निर्मिती अनेक पदरातून, प्रकारातून आपले आविष्कृत रूप घेते. 'राधा' लघुपटातून कविवर्य पुरु शिव रेगे त्यांच्या मृत्यूनंतर वाहिलेली श्रद्धांजली होय. एखाद्या लेखकाला जागतिक स्तरावरही अशा पद्धतीने श्रद्धांजली वाहिलेली नसेल; असेलच तर क्वचितच. मराठीत तर अशा स्वरूपाचा हा पहिलाच प्रयोग आहे.

राधेचे भावविव्हल रूप आदिबंधाच्या प्रतिमेतून प्रकट केले आहे. कृष्ण विषयरूप तर राधा आश्रयरूप आहे हे 'त्रिधा राधा' या कवितेमधून अप्रतिम दाखविले आहे. राधेच्या तीन रूपांचे अवस्थांतरण केले आहे. फुगडी, पार्श्वसंगीत, प्रकाश, ढगाळ झाकोळ, वाडा, राजस्थानी शैलीतील चित्रे, पडदा, रंगीबेरंगी परंपरागत वेषभूषा एवढ्याच साधनावर एक लघुपट तयार करणे कठीण. राधेचा उत्सुक शिणगार, तिची अधीरता, भावविभोरपणा दाखवून पडद्यावर दृश्यमालिका दाखविणे अवघड गोष्ट सोपी केली आहे. नुसते याच कथेत हा लघुपट येत नाही तर 'हे खेळ मनाचे सारे' ही उत्तम कथाच आहेच. सौंदर्याचा ध्यास आणि आस्वाद नाही, तर सौंदर्याची सहजाणिवेच्या रसिकांना लक्ष्मीकांत देशमुखांनी साक्षात प्रतीती दिलेली आहे. सौंदर्याचा आविष्कार स्व-जाणिवेतून प्रकट करणे तसे सुलभ आहे. परंतु प्रकट झालेल्या एका उत्कट भावनेमधून पुन्हा नवनिर्मिती - ही खचित दुष्कर. ते येथे साकार झाले आहे.

॥५॥

'पाणी! पाणी' हा जगण्यासाठीचा आक्रोश करत फिरणाऱ्या खेळाडूंच्या माणसातील अलौकिक 'नंबर वन' शोधता शोधता 'सावित्रीच्या गर्भात लेकी मारल्या' जात असल्याची जाणीव जगण्यात भयानक पोकळी निर्माण करते. समकालीन मेलोड्रॅमॅटिक ग्रामीण कथांपेक्षा 'पाणी! पाणी!' चा दर्जा कितीतरी वरचा आहे. देशमुखांच्या कथा या भयातून सुटलेल्या आहेत. त्यांच्या 'पाणी! पाणी!' करत फिरणाऱ्या 'नंबर वन! च्या 'सावित्रीच्या गर्भात मारलेल्या लेकी' पर्यंत कथा भावविभोर, भावगुंतवळीच्या आणि उत्कट झाल्या आहेत. त्यांच्या या कथा समकालीन मेलोड्रॅमॅटिक ग्रामीण कथांपेक्षा कितीतरी वरच्या दर्जाच्या आहेत.

थीमचे अंत:करण बाळगणाऱ्या कथांचा बाह्यवेष सृजनरंगाचा आहे. कथेला मिळणारी कलाटणी, वळण नि घेतलेले वळसे अत्यंत कलापूर्ण सौष्ठवाचे आहेत. अशा स्वरूपाच्या कथेत तर्क असतो. हा तर्क कठोर न करता, तर्कदुष्ट न करता कथेच्या आशयात कणव आणि कळवळा उत्पन्न निर्माण केला आहे. भावनिक ओढ - नात्याची किंवा मग घेतलेल्या वशयाची असेल - व तीमध्ये जिवट ओलावा हा या

कथांचा स्थायीभाव असतो. म्हणून या कथा वाचताना हटकून घेतलेली प्रचारकी भूमिका प्रसरण केली जात आहे, असे जाणवतही नाही. कथामूल्यात भावनेची परिणती असते. ही भावपरिणती वाङ्मयमूल्य रूपात झालेली असल्याचे ध्यानात येते. 'सावित्रीच्या गर्भात मारलेल्या लेकी' ह्या अत्यंत गंभीर विषयाच्या कथा थीमबेस्ड वाटत नाहीत तर मुळातच माणूसपणाच्या संरक्षणार्थ घेतलेली हितैषी भूमिका वाटते. आतून हेलावून टाकणाऱ्या कथा आहेत.

१९९७ साली प्रकाशित झालेला 'उदक' हा संग्रह २००७ साली 'पाणी! पाणी!' अशा आक्रोशाच्या शीर्षकाने प्रकाशित झाला आहे. मुखपृष्ठावरील मृगजळ आणि तडकून फुटलेला माठ या चित्रामधून पाण्याचे भीषण दुर्भिक्ष्य ध्वनित केले आहे. ग्रामजीवन अनेक पातळीवरून भयावह होऊन भेटते. किती समस्यांना लेखकाने संवेदनशीलतेने सामोरे जावे? तरीही दर एका समस्येत लेखकाची प्रश्न मांडण्याची भाषा टवटवीत, अथकच वाटते. अनेक पातळीवरून थीमला 'बेस' दिल्याने कथांचे रूप मोठे व्यापक, दांडगे झालेले आहे. शिवाय थीमला 'भूमिके'चा बेस आहे. थीमला लेखकाच्या भूमिकेचा बेस नसेल तर कथेत औपचारिक प्रचारकी थाट डोकावतो. या कथांच्या निर्मितीत अभिजाततेच्या आणि कलात्मकतेच्या रंग - रेषांचाही मिलाफ झाला आहे.

गावाचा एकेकाळचा सगळा कारभार जातव्यवस्थेचा होता. आता स्वरूप बदलत आहे. पण गावात जातीयता असूनही एकप्रकारचे सलोख्याचे संबंध त्या काळात होते. याची कल्पना 'कंडम' कथेमधून येते. बायजाचं वय झालेलं आहे. तिचा मुलगा-सून औरंगाबादेला पोट भरायला जातात. म्हातारी बायजा गावातील उच्चभ्रूंकडून शिळंपाकं घेऊन कशीबशी जगते. तिला विहिरीचे पाणी गावातीलच लोक काढून देतात. सखोबा भुजबळ संजय गांधी निराधार योजनेमधून शंभर रुपयांची पेन्शन काढून देतात. बायजा जगण्यासाठी असमर्थ होती तेव्हा स्वाभिमानासाठी बंद म्हारकी वतनाची आठवण करून शेर - अदलीभर जोंधळा नेत असते. गावातील लोकच सुना-लेकींच, बाईचं दुःख बाईलाच माहीत म्हणून पाणी काढून देतात. नजर अधू झालेल्या, पाठीत बाक आलेल्या बायजेचे जातभाई तिच्याकडे ढुंकूनही पाहत नाहीत. ती एक दिवस रात्री विहिरीत चुकून पडून मरते तेव्हा जातभाईंचा प्रश्न तिच्या मरणाच्या दुःखापेक्षा "छान जिरली त्यांची. आमास्नी हक्क असून सुद्धा तिथं पानी भरू देत नाहीत. आता घ्या, आमची एक म्हातारी तिथं बुडून मेली" (पाणी! ..... पृ. ११०) हे दुःख जास्त होते. म्हातारीचा मुलगा - सून आल्याचे पाहून एक टोळकं म्हणतं "चला कांबळ्याकडं, लग्नाचा टाइम होतोय." स्वार्थापायी एकमेकांच्यातील आपुलकी व स्नेहभाव आटत चाललेले आहेत. एकेकाळी समाजातील बहिष्कृत लोक

आपल्यात अनोळखी होत चालले आहेत. ते चळवळीत अत्यंत घातक असते. ही परिस्थिती, रागरंग ओळखलेला भीमा बायजाच्या मुलाला म्हणतो, "धर्मा, आपली जात एकदम कंडम आहे. त्यांना कोणी जगलं-मेलं याची काही सुद्धा पर्वा नाही. साऱ्यांना आपलीच पडली आहे." इथे कथा संपते. हे होत चाललेलं अध:पतन जातीय मानसिकतेला खतपाणी घालणारे आहे. याउलट, गावकऱ्यांत कणवेची भावना तेव्हाही आणि अजूनही आहे हे दिसते.

जातीय प्रश्नाला थेटपणाने भिडणाऱ्या या कथा आहेत. जनकल्याण समितीचे भिडे गुरुजी संघाचे प्रचारक, म्हणून त्यांच्याकडे वाईट नजरेतूनच पाहिले जाते. समाज संघटनेत व आपत्तीच्या काळात अनेक संघटना माणुसकीच्या व भूतदयेच्या भूमिकेतून कार्य करतात. दुष्काळात गुरा-ढोरांना स्वयंसेवी संस्थेमार्फत उघडलेल्या छावणीत आश्रय मिळतो. जनकल्याण समिती छावणी उघडते. या तरदाळच्या छावणीत आजाराने बैल दगावतो. बीफ कंपनीत जनावरे विकण्यापेक्षा शेतकरी छावणीत जनावरे सोडण्याने कंपनीला मोठे नुकसान सहन करावे लागते. हा वचपा काढण्यासाठी जनकल्याण समितीचे भिडे गुरुजी संघिष्ट म्हणून, कलेक्टर भावेही संघिष्ट म्हणून - अपप्रचार व पेपरबाजी केली जाते. सेवाभावी वृत्तीने रचनात्मक कार्य करणाऱ्यांना असे हकनाक बळी दिले जातात.

'अमिना' असेच धार्मिक कट्टरतेचे, अज्ञान, अशिक्षिततेचे भगभगीत दर्शन आहे. अमिनाला नऊ मुले झाली. नवरा कादर मद्यपान, बाई ठेवणं या व्यसनामध्ये गुरफटलेला, पण कट्टर धर्मवादी आहे. सामान्य लोकांना धर्मामधील तत्त्वांचे काहीच माहीत नसते. काझी सांगेल तेवढे. मुले ही अल्लाहाची देणगी लक्षात राहते. दारिद्र्य आहे. दररोज कामावर गेल्याशिवाय चूल पेटत नाही, अंगावर ठिगळ लावलेले कपडे आहेत. परंतु अशाही स्थितीत बायकोने बुरखा घातला पाहिजे, ही दारुड्या नवऱ्याची बायकोला ताकीद आहे. बुरख्यालाच सतराशेसाठ गाठी आहेच. मध्यकाळात स्त्रियांची पळवापळवी करत आपल्या स्त्रियांवर ही वेळ येऊ नये भीतीपोटी बुरखा पद्धत रूढ झाली आणि आजही कमरेला खुरपे खोवून जाणाऱ्या स्त्रीलाही बुरखा घालूनच जावे लागते. निराधार स्त्री हे सर्व दावणीच्या बैलाप्रमाणे सहन करते. हे 'अमिना' कथेत अशा स्त्रीचे हृदयद्रावक चित्रण केले आहे. परंतु कथेचा थीमॅटिक पार्ट हा नाही. तो आहे कुटुंबनियोजन. रोजगार हमीच्या कामावर कुटुंबनियोजनाचे महत्त्व सांगणे व केसेस मिळविणे सोपे आहे. १९७२ नंतरच्या काळात कुटुंबनियोजन हा 'राष्ट्रीय प्रकल्प' होता. तो कलेक्टर, डे. क., तहसीलदार, इतर वैद्यकीय अधिकारी मोठ्या प्रमाणात राबवीत. तो राबविताना संवेदनशील अधिकाऱ्यालाच कोणत्या यातना भोगाव्या लागतात हे 'पाणी! पाणी!' मधून संवेद्य

केले आहे. रात्रभर नवऱ्याने भोगणे आणि दिवसा धुळीनं, उन्हाच्या कारानं आणि वखवखलेल्या नजरांनी भोगणे अखंड चालूच असते. हे दुःखभोग चित्रण 'अमिना' कथेमधून लक्ष्मीकांत देशमुखांनी करुणेपोटीच केले आहे.

देशमुखांना स्त्रियांचं दुःख पाहवत नाही. हे अमिना, भूकबळी, बांधा या कथांमधून स्पष्ट होते. स्त्री हिंदू, बौद्ध, ख्रिश्चन, मुसलमान - कोणीही असो, ती स्त्रीच असते. ते एखाद्या जीवनात आनंदाची डहाळी अशी फुलवतात. 'खडकात पाणी'मध्ये सुनंदा सुपीक कराडच्या पट्ट्यातून माणदेशाच्या बरड, उजाड पट्ट्यात येऊन नांदू लागते. अगदी खाटल्यावर दोन तांबे स्नान (खाटलं स्नान) करून खालून ते पाणी साठवून वापरावे अशा ठिकाणी ती आली. ती नशीबवान-पाणीवान निघाली. तिचे गाव ज्या गटविकास अधिकाऱ्याकडे होते तो तिचा मावसभाऊ निघाला. आणि त्याच्या कृपेने आबा गुरुजी सांगतील त्या वाळलेल्या तलावात प्रस्तरात जिवंत तीन इंची झरा लागतो. अधिकारी लोकरीतीला, पाणी पाहण्याच्या अशास्त्रीय पद्धतीला, लक्षात घेऊन तलावात पाणी लागणार या अंदाजाने बोअर घेतो. खळखळ पाणी वाढू लागते. नियमांना मुरड घालणारा अधिकारी असतील तर विकासकामांना गती प्राप्त होते.

'पाणी! पाणी!' हा कथासंग्रह आपल्यात सामावून घेतलेला आहे. प्रशासकीय अधिकाऱ्यांच्या व्यथा, त्यांच्यावर होणारे अन्याय, डावलले जाणे या गोष्टी त्यांना पुरस्काराच्या रूपाने कशा मिळतात याचे चित्र सरळपणे केले आहे. किती तळमळीने, कळकळीने अहोरात्र काम करीत असतात ते! सरळ सेवा भरतीमधील आय. ए. एस व पदोन्नती प्राप्त आय. ए. एस. यांच्यातही तणाव असतोच. राज्यसेवा भरतीमधील अधिकारी व केंद्रसेवेतील अधिकारी हा तणाव फार मोठा आहे. हे लक्षात येण्यासाठी ही एक कथा जरी पाहिली तरीही पुरेशी आहे. भ्रष्ट अधिकारीही आहेतच. भावे, देशमुख, जाधव, शिंदे यासारखे अधिकारी थीमबेस्ड कथासंग्रहातून भेटतातच. आपल्या व्यक्तिगत लाभाची, रागलोभाची काळजी न करता आपल्या कृतार्थ साध्यासाठी सतत चिंतनशील असणारे, समाजाविषयी उदार व पुरोगामी दृष्टी ठेवून कल्याणकारी राज्यातील जनतेच्या हिताची, फायद्याची - सुखसोयीची योजना कधी नियमाबाहेर जाऊन अंमलात आणतात. त्यांना मिळते काय? शिक्षा, बदली अगर पदोन्नती डावलून चापलूशी करणाऱ्यांना पदोन्नती - असा हा चीड व वैताग आणणारा खेळ आहे.

देशमुख हे अष्टावधानी लेखक आहेत. प्रचंड दांडग्या निरीक्षणशक्तीमुळे ते कथांमध्ये छान रंगभरण करू शकले आहेत. त्यांना सौंदर्याची प्रचंड ओढ आहे. अंतरीच्या गूढगर्भी या संग्रहामध्ये ती भावना प्रकट झाली आहेच, परंतु नंतरच्या तिन्ही संग्रहात हीच सौंदर्यदृष्टी सहजपणे आविष्कृत करण्यास त्यांना अवसर नाही. कारण त्यांची कथा हजारोंच्या प्रश्नाला न्याय देण्याच्या प्रश्नाच्या समस्येला सामोरे

जाते. ती व्यापक पटलावर गेल्याने व्यक्तित्वाच्या अभिरुचीला देशमुख बाजूला सारत आहेत. कदाचित काव्यात्म शैलीची हुरहुर लावणाऱ्या स्वप्नरत भासमान विषयवस्तूची कथा लिहिली असती तर एका नवीन जातकुळीची कथानिर्मिती झाली असती. 'अंतरीच्या गूढगर्भी' ची त्यासाठी साक्ष देता येईल. परंतु विहित विषय घेऊन आविष्कार केल्याने त्यांची सौंदर्यदृष्टी कथासौंदर्य वाढवण्यात गेली आहे. ते आपल्या निरीक्षणातून, आपल्या संपन्न जाणीवेतून भाषेच्या आधारेही एका भावनेला न्याय देतात, तसे सौंदर्यही प्रकट करतात. उदा. 'कंडम' कथेत हे असे प्रकटले आहे. ''पण त्यांचा पत्त्या कुनाकडं हाय! यवड्या मोठ्या औरंगाबादेत कंच्या झोपडपट्टीत हायेत, ते एक बुद्धच जाने....' (पाणी! पाणी! पृ. ११०) यातील बोलीचे सौंदर्य सोडा, पण 'बुद्धच जाने....' असे शब्द योजले आहेत. डॉ. बाबासाहेब आंबेडकरांनी केलेले धर्मांतर, बौद्ध धर्मस्वाद, हिंदूच्या देवकल्पनेचा नकार इत्यादी गोष्टीही त्यांनी स्वीकारल्या. डॉ. आंबेडकरांच्या नंतरच्या दुसऱ्या पिढीने हे सर्व बदल अंगवळणी करून घेतले. पूर्वापार हिंदूधर्माचे संस्कारातून 'देव जाणो' असे म्हणणे क्रमप्राप्त होते. पण 'बुद्ध' या धर्मसंस्काराचा स्वीकार किती सहज वळणाचा झाला हेच 'बुद्ध जाने' या शब्दयोजनेमधून उलगडले आहे. हे अर्थ - सौंदर्य किती समंजसपणे व्यक्त झाले आहे!

प्रशासनातील आणखी एक महत्त्वाचा भाग म्हणजे दौरा. दौऱ्यावर जाणे, दौऱ्यात सहभागी होणे, दौऱ्याचे ब्रीफिंग करणे या गोष्टी प्रशासनाचा भागच बनून राहिल्या आहेत. औरंगाबाद जिल्ह्यातील दुष्काळाची पाहणी करण्यासाठी काही महत्त्वाचे पत्रकार (दौरा) आले आहेत. त्यामध्ये माणदेशाचा (सोलापूर जिल्हा) प्रदीप एक पत्रकार होता. त्याने माणदेशात दुष्काळ फार जवळून पाहिला आहे. दुष्काळी भागाची ज्येष्ठ पत्रकारांसमवेत पाहणी करण्यासाठी आलेल्या प्रदीपच्या पदरात निराशा पडते. पत्रकार हा लोकशाहीला मदत करणारा, पारदर्शीपणा अबाधित ठेवून जनतेला सत्य कथन करणारा एक महत्त्वपूर्ण काम पाहणारा घटक असतो. तो शासनधार्जिणा झाला तर जनतेला अंधारात ठेवण्यात शासनाला यश येते. प्रदीप ज्या दुष्काळ पाहणीच्या दौऱ्यावर आलेला आहे त्या दौऱ्यात वरिष्ठ पत्रकार आहेत. वृत्तांकन वस्तुस्थितीला सोडून करण्यात त्यांची हयात गेलेली आहे. प्रदीप नवखा आहे. पत्रकारांकडून काही शिकू पाहणारा, संस्कार करवून घेऊ पाहणारा आहे. परंतु भ्रष्ट पत्रकार त्याला चांगले, सखोल (दुष्काळाची पार्श्वभूमी माहीत असल्याने) असलेले प्रश्नसुद्धा विचारू देत नाहीत. उलट मुंबईला आल्यानंतर त्याचे बातमीपत्रही छापले जात नाही. काही एक मिळमिळीत बातमी दुष्काळाच्या अनुषंगाने छापली जाते. सहकार सम्राट हे औरंगाबादचे पालकमंत्री असल्याने व वृत्तपत्र त्यांच्या

कृपाप्रसादावरच चालत असल्याने बातमी फिरवून छापली जाते. देशमुखांना पत्रकारितेचे आकर्षण नाही. परंतु ते ज्या हायप्रोफाईल पेशात आहेत त्याचे पत्रकारितेशी जवळचे संबंध असतात. पत्रकरिता एक माध्यम आहे. पण या माध्यमाचा शासन आपले साधन म्हणून वापर कसे करते ते लक्ष्मीकांत देशमुख यांनी 'दौरा', 'दास्ता एँ अलनूर कंपनी' या कथांत फार पोटतिडकीने दाखविले आहे.

राज्यांत कल्याणकारी योजनांची पोटतिडकीने अंमलबजावणी करतात ते शासकीय अधिकारी. 'जगण्याची हमी' मध्ये घटनादत्त सामाजिक न्यायाचे अभिसरण सर्जनाच्या रूपात केले आहे. भटक्या जातीतील आठवी नापास किसन कैकाडी गावाचा पोलीस पाटील होतो. राखीव जागा असते. किसनला पाटीलकीची नशा चढते. सारजाला असे अप्रामाणिक जगणे नको वाटते. ती कष्टाळू, हुशार आहे. प्रशिक्षणार्थी कलेक्टरबाईंना प्रभावित करण्याएवढी हुशार आहे. बाईं सारजाची केसस्टडी करते. 'रोजगार हमी कामाचा स्त्रीजीवनावर परिणाम' हा विषय त्या आपले असाइनमेंटस् करतात. प्रामाणिक अधिकारी आहेत.

अशा प्रामाणिक, प्रांजळ प्रशासकीय अधिकाऱ्यांचे दर्शन 'ऑपरेशन जिनोसाईड' कथेत पडते. ज्योती मराठे या तहसीलदार रात्री ८.३० कलेक्टर फोनवरील आदेशानुसार तालुक्याच्या ठिकाणी आपल्या पित्या बाळाला सासूबाईंकडे ठेवून जाते. हे सारे पाहिले की समाज घडणीमध्ये अधिकाऱ्यांचा मोठाच हातभार आहे, हे ध्यानात येते.

'नंबर वन' हा खेळाडूंमधील माणसाच्या कथा असा एक वेगळीच थीम असणारा संग्रह आहे. लोकांच्या मनात सिने नट - नट्यानंतर गॉसिपिंग असते ते खेळाडूंबद्दल. खेळाडू एकदा प्रकाशात आला की, त्याच्यामागे पैसा व प्रसिद्धी या गोष्टी अपरिहार्यपणे जोडून येतात. पण खेळाडूंची त्यामागची शारीर मेहनत, कष्ट, कसरत या गोष्टी बाजूला पडतात. लक्ष्मीकांत देशमुख खेळाडूंवर कथा न लिहिता त्यांच्यातील माणसावर लिहितात. हा देशमुखांचा नेहमीच 'आऊटफिट' असा विषय आहे. लक्षितांच्या दुर्लक्षावर त्यांचा कॅमेरा बरेच काही काही टिपत असतो आणि त्यांना प्रमुख प्रवाहधारेत आणत असतो. ते माणूसपणाला हेरतात. त्यांच्या कुतूहलाचा विषय माणसातील निरागसपणा, नि:स्पृह निर्ममता आहे. 'प्रयासे जिंकी मना', 'बंद लिफ्ट', 'रन बेबी रन', 'फिरूनी नवी जन्मेन मी' कथा मनात घर करून राहतात.

देशमुख समूहाला पाहतात. समूहाच्या सुखदु:खाला अग्रक्रम देतात, समूहाच्या हितैक्याला बाधा पोहोचणार नाही याकडे अत्यंत दक्ष व हेतुत: लक्ष देऊन असतात. 'पाणी! पाणी!', 'सावित्रीच्या गर्भात मारलेल्या लेकी' या संग्रहांतून समूहाला, समाजाला आपल्या कवेत घेतले आहे. आपला प्रतिभाधर्म त्यासाठी पालवित करताना दिसतात. 'नंबर वन' खेळाडूंमधील माणसांच्या कथांत ते समूहामधून

एकटेपणाच्या पातळीवर येऊन त्याच्यामधील एकट्यातील विजिगीषू वृत्तीचे दर्शन घडवितात. सुंदर संस्कारांनी समृद्ध नि संपन्न झालेला माणूस एकाकी होताना या अवनीवरच्या मानव्यसरोवरापासून लांब जाऊ शकत नाही. त्याच्यामधील खेळाडूमध्ये हिणकस समाजकारण कसे भिनत जात आहे याचे स्वाभाविक दर्शन घडवितात.

'रन बेबी रन', 'बंद लिफ्ट' या देशमुखांच्या कथा म्हणजे त्यांचे केवळ मानवतेवरील प्रेमदर्शक होय. बेबी ग्रामीण भागातील धावपटू आणि तिचे दलित कोच - गुरू यांच्या प्रांजळ गुरू-शिष्य नात्याची दुर्दैवी शोकात्मिका आहे. तिच्या नवऱ्याला गुरू - शिष्य नात्यातील पावित्र्य कळत नाही. तो संशय घ्यायला लागतो. दिसायला देखणा, हॉटेल व्यवसाय घराण्यानं खानदानी असलेला बेबीचा नवरा मनानं किडलेला, विचारानं बुरसटलेला आहे. राष्ट्रीय क्रीडापटू - धावपटू असलेली बेबी ऑलिंपिक स्पर्धेच्या निवड चाचणीची तयारी करीत असताना लग्न होते आणि ती क्रीडाजीवनाला मुकते. तिची सारी स्वप्ने धुळीस मिळतात. सर्वोकृष्ट परफॉर्मन्स करायला तयार असलेली एक मुलगी संशयाला बळी पडते. आणि पोटात मुलीचा गर्भ आहे, म्हणून तो पाडला. या सर्व गोष्टींनी बेबी वैतागलेली, पिचलेली, मनानं खचून गेलेली दिसते. 'तुला गर्भार केली तरच गुंतून राहशील' म्हणून तपासणी केली तर कळते - ती पुन्हा आई होणार नसल्याचे. बेबीचे उद्‌गार आहेत. ''एकाच वेळी त्याचा विषाद वाटत होता आणि हायसंही. सैतानाचा गर्भ तसाच पुढं सैतान निपजला तर!'' (नंबर वन : ११७) धावण्याच्या स्पर्धेत अखेर बेबी जगाच्याही पुढे जाते.

बेबीचा गुरू मागासवर्गीय, पण बेबीच्या मनात कळत नकळत तिचा गुरूच रुतलेला आहे, पण याचा उलगडा तिला होत नाही. तिला कोच, गुरू, फादर, फिलॉसॉफर असेच त्याचे प्रकट रूप दिसते. कोणतं पाप मनात उत्पन्न न होताही बेबीच्या नवऱ्याच्या - बालाजीच्या - मनात पाप पक्कं बसलेले होते. या साऱ्याला वैतागून बेबी स्वत:ला पेटवून घेते. तिचा गुरूविषयीचा आदरभाव एवढा, की तिच्या चितेला भडाग्नी आपल्या कोचनेच द्यावा, अशी तिची शेवटी इच्छा असते! या कथेला राष्ट्रीय धावपटू नंदा जाधव हिच्या करुण शोकांतिकेची पार्श्वभूमी आहे. शोकांतिका देशमुखांनी घेतली असलेली तरी रिपोर्टवजा असे काही यात नाही. मन गदगदणाऱ्या प्रसंगांना त्यांनी योग्य कलात्मक न्याय दिला आहे.

'प्रयासे जिंकी मना' - जलक्रीडापटू असलेल्या दीप्तीचा नवरा दिलीप, मोठा मुलगा अजित हे दोघे पाण्यातच मृत्यू पावतात. दीप्ती राष्ट्रीय जलक्रीडापटू असूनही तिच्या मनात पाण्याची भीती घर करते. परंतु धाकटा मुलगा जयंत लपून जलक्रीडापटू होतो. आणि राष्ट्रीय स्पर्धेत अव्वल येतो. पाण्याची भीती पाण्यानेच काढली जाते. या

तशा साधारण वाटणाऱ्या कल्पना आहेत. परंतु कथालेखकांनी या साध्या कल्पनेतील असामान्य मानसिक गुंतागुंत फार सुरेख केली आहे. कथेची लांबी-रुंदी कथेला न्याय देणारी नसते. कथेतील उठावदार, सौष्ठवपूर्ण जे वलय मिळते ते कथेला उंची देतात. ही वलयांकित उंची प्रस्तुत कथाकरांच्या सर्वच कथांत पाहायला मिळते. 'प्रयासे जिंकी मना' या कथेत खेळाडूतला माणूस उभा राहतो तसा 'बंद लिफ्ट' मध्ये खेळाडूतला माणूस कोसळत जाताना दिसतो.

'बंद लिफ्ट' कथेत हॅम (विनोद कांबळी) क्रिकेटपटूची कारकीर्द त्याच्या अनिश्चित खेळाने, त्याच्यातील नखरेलपणामुळे, त्यातील बेपावईने संपुष्टात येते. सॅम (सचिन तेंडुलकर) त्याचा हॅमचा जिवाभावाचा मित्र. हॅमचा नैसर्गिक खेळ सॅमपेक्षा चांगलाच. सॅमला नशिबाने साथ दिली. परंतु हॅमला देव आणि माणसांची साथ मिळालीच नाही. कित्येक खेळाडू आले नि गेलेही. टी ट्वेंटीतील एक खेळाडू तर (मध्यप्रदेश) आता शेतीमध्ये रोजंदारी करतोय. हॅम आपल्या वर्तनाचे, खेळातील अपयशाचे खापर जातीय प्रवृत्तीच्या मुळावर फोडतो. कमकुवत झालेले मन, घटनेमुळे अधू झालेले मन, सामाजिक न्यायाची प्रतिकूल दिशा अगतिकतेमधून स्वीकारते. हॅमसारख्या श्रेष्ठ खेळाडूच्या मनात सामाजिक वितुष्टभाव कसा निर्माण होतो हे सांगताना कथाकार समाजकारणाची लंगडी बाजू प्रकाशित करतात. दक्षिण आफ्रिकेत दरबनला आयोजित स्पर्धेत हॅमला आमंत्रित केले जाते. तेथे हॅम समाजकारणाची घाणेरडी बाजू शिकतो. "तिथं मला काही महाराष्ट्रातले दलित नेते कार्यकर्ते भेटले व त्यांच्याबरोबर त्या परिषदेत सहभागी झालो. इट वॉज अॅन आय ओपनर फार मी सॅम. तिथंच मला माझ्या कास्टची, त्याहून जादा त्यामुळे होणाऱ्या डिसक्रिमिनेशनची जाणीव झाली. मला जे माझ्या विरुद्ध सौरभ, राहुलच्या संदर्भात वाटायचं, त्याला एक प्रकारे पुष्टी मिळाली." (नंबर वन ८४) १९९५ साली मुहमद अझरुद्दीनही म्हणाला होता की, "मी अल्पसंख्याक असल्याने माझ्यावर मॅचफिक्सिंगचे आरोप होत होत आहेत." तेव्हा मन्सूरअली पतौडींनी व इतर मुस्लीम क्रिकेटर्सनी अझरुद्दीनला प्रश्न केला होता. "मग तुला भारतीय क्रिकेट टीमचा कॅप्टन केलाच नसता!" असे सुस्पष्ट बोलणारे किती नवाब आहेत? लक्ष्मीकांत देशमुख फितवला गेलेल्या हॅमच्या मनातील गदळ दुःखाचा 'सामाजिक व्यक्तिन्याय' अशा रीतीने प्रकट करतात.

'कास्ट बायस' जसे मुखरित झाले आहे तसे 'जेंडर बायस'ही मुखरित झाले आहे. लिंगावरून मीना He की She हा प्रश्न उपस्थित होतो. आणि जेंडर बायस कारण पुढे करून मीनाचा बळी पडतो. ऑलिंपिक परिषद तिचे रौप्यपदकही काढून घेते. तिच्यापेक्षा कमी योग्यतेची सानियाकरवी सारा खेळ उभी होतो. खेळातील

राजकारण किती हिडीस असते याची कल्पना सर्वसामान्यांना या कथेतून येते. परंतु किसनला हळूहळू पाटीलकीची नशा चढते. गावातील फुटकळ दारू पिऊ लागतो. सारजा त्याची पत्नी - या गोष्टीला नंतर कंटाळते. प्रामाणिक जगण्याला महत्त्व देते. रोजगार हमी योजनेवर प्रशिक्षणावरील कलेक्टर अधिकारी बाई सारजाच्या विचाराने प्रभावित होते. आपल्या असाईनमेंटस्साठी ती 'रोजगार हमी कामाचा स्त्री जीवनावरील परिणाम' हा विषय ती सारजाच्या आधारेच करते, हे सारे होऊन, अधिकारी मागास समाजाच्या पाठीमागे उभे राहूनही, समाजसुधारणा होत नाही याचे कारण समाजाच्या मानसिकतेमध्ये बदल झालेला नाही.

॥६॥

माणसं जिवंत ठेवणाऱ्या खेळाडूंमधील सामान्य माणूसपण दाखविणाऱ्या लेखकानं स्त्रीभ्रूणाच्या संवर्धनासाठी पुढाकार घेऊन 'सेव्ह द बेबी गर्ल' म्हणत आपल्या प्रतिभेचा अमिट ठसा उमटविलेला आहे. सुरुवातीला पाहिले आहे की, देशमुख हे प्रशासकीय अधिकारी होते आणि त्यांनी आपल्या सृजनशील व्यक्तिमत्त्वाचा उपयोग आपल्या प्रशासकीय कार्यात करून घेतला. परंतु ते सर्जन, नवनिर्माण असे वाङ्मय आहे. 'सावित्रीच्या गर्भात मारलेल्या लेकी' ह्या कथासंग्रहाच्या प्रस्तावनेत पुष्पा भावे म्हणतात की, 'सेव्ह द बेबी गर्ल' या उपक्रमासाठी आणि त्या उपक्रमाचाच ललित दस्ताऐवज असणाऱ्या कथांसाठी मराठी वाचक देशमुखांचे वाचक आभार मानतील. देशमुखांनी समाजाला उपकृत करून ठेवले आहे.

'मुली वाचवा' असा उपक्रम सरकाराला हाती. घ्यावा लागला. मुळातच मुलगा वंशाचा दिवा असा समज कोणत्या शास्त्रीय सत्यांतून निर्माण झाला हे पाहणे समाजशास्त्रीचे काम आहे. पण या संबंधीचे समाजाची मानसशास्त्रीय चिकित्सा करून म्हणता येईल, की तो स्वार्थी आहे. म्हातारपणी आपली देखभाल करणारे, आपला सांभाळ करणारे आपल्या हक्काचे कुणी असले पाहिजे. ते आपलेच रक्त संबंधी असतील तर ते काम जबाबदारीने होईल - या स्वार्थी कल्पनेला वंशाचा दिवा ह्या समजाची जोड देण्यात आली. आणि तेव्हापासून जेंडर बायस सुरू झाले. मुलींचा दुस्वास करणे, दुर्लक्ष करणे, छळ करणे, तिच्या वाढीला वान न देणे या गोष्टी पूर्वी होत. तिच्या विकासाला तर संधी दिली गेली नाही. स्त्रीच्या विकासाच्या संधीचे प्रमाण अत्यल्प होते. अशा लोकविचारात शास्त्रीय शोध लागून गर्भलिंग - तपासणी यंत्र रासवट वृत्तीच्या डॉक्टरांच्या हाती आले. वंशदिवा अपेक्षितांचाही हा तिसऱ्या डोळाच ठरला.

कितीतरी सहस्त्र लेकी आईबापांनीच मारून टाकल्या. ही प्रवृत्ती किती क्रूर आणि

हिडीस म्हणावी? अर्भक कुत्र्यांनी खावे? आणि त्यासाठी डॉक्टराने वाघासारखे कुत्रे पाळावे ही केवळ कपोलकल्पित घटना म्हणावी? तर बीडमधील डॉ. मुंड्याचा क्रौर्याचा इतिहास हेच सांगतो, की त्यांनी शेतामध्ये कुत्र्यांची फौजच पाळली होती. 'लंगडा बाळकृष्ण' ही कथा अत्यंत हृदयद्रावक आहे. बायकोवर अतोनात प्रेम करणारा नवरा मिळाला म्हणून स्वर्गीय सुखाने आनंदणारी पत्नी एके दिवशी नवऱ्याच्या हॉस्पिटला जाते. आणि खोलीतील दोन कुत्रे बाहेर पडतात. दुलईत लपेटलेलले बाळ कुत्रे पाहतात. कुत्र्यांना ओल्या जावळाचा वास सवयीचा झालेला असावा. ठेवलेले बाळ त्यांना सवयीने आणि तेही आपला भक्ष्यदाता विशिष्ट वेळेला समोरून जातो म्हणजे त्यांच्यासाठी ते आमंत्रणच. कुत्र्यांनी डॉक्टरच्याच बाळाच्या पायाचे लचके तोडले! रोमान्ससाठी कुतूहल, सुखी - समाधानी स्त्रीचे दर्शन आणि दुसरीकडे क्षणाक्षणाला किडा-मुग्यांना आदिवासींनी मारून खावे तशी डॉक्टरची पैशांची हाव - नाट्यपूर्ण कल्पनाविस्तार, वास्तवाचे थैमान, स्त्रीचे उद्‌ध्वस्त होणे, डोळ्यांदेखत कुत्र्यांना अर्भक खाऊ घालणे, प्रत्यक्ष याची देही याची डोळा हे सारे फेडण्यासाठी स्वत:च्या बाळालाच अक्षरश: कुत्र्यांना देणे ही अशी फँटसी इंग्लिश सिनेमात होत नसावी? अत्यंत खुबीने हे सर्व शब्दांकित केले आहे.

देशमुखांचे हे काम फार मोठे आहे. महात्मा जोतिराव फुल्यांच्या पुरोगामी महाराष्ट्रातच पुन्हा लक्ष्मीकांत देशमुखांनी स्त्रीला कात्रीतून वाचवण्याचा अक्षय प्रयत्न केला. फुल्यांनी स्त्रीला शहाणी केली, महात्मा गांधींजीनी तिला सार्वजनिक जीवन दिले तर देशमुखांनी तिच्या जन्मासाठी स्वागतशील प्रवृत्ती व मानसिकता तयार केली. या संग्रहात अविस्मरणीय अशा आठच कथा आहेत. त्यांमधून स्त्रीच्या जगण्याचा, तिच्या मोहोरून येण्याच्या प्रवृत्तीचा साक्षात्कार होतो.

देशमुखांच्या कथावाङ्‌मयातील मूल्यांविषयी बोलण्यापेक्षा जीवनमूल्यांची व सामाजिक मूल्यांची समीक्षा करणे गरजेचे वाटते. कारण ही मूल्ये देशमुखांना चिंतनीय वाटतात. त्यांच्या पहिल्या संग्रहातील मूड नंतर राहिलेला नाही. भगभगीत सत्य त्यांना अस्वस्थ करीत असावे. सर्व सुखे, सर्वस्व समोर असतानाच्या बेधुंद अवस्थेत विवेक हरवलेल्या मनात प्रबोधनाची आवश्यकता यंत्रवतजीवन जगणाऱ्या माणसाला असते. आपल्या कथासाहित्यात श्री. लक्ष्मीकांत देशमुख असे मानसिक सबलीकरण व लालित्यामधून वैचारिक प्रबोधन करतात, अशी नोंद मराठी वाङ्‌मयतिहासात होईल.

॥७॥

देशमुखांच्या कथावाङ्‌मयाचा परीघ क्षितिजासारखा आहे. कथेच्या एका पुस्तकात ते विस्तीर्ण असून कुठेतरी आकाश जमिनीला टेकल्यासारखे वाटते. पुन्हा नवीन

पुस्तक घेतले की आकाशाची कडा तिथून उठल्यासारखी दिसते, लांब होऊन विस्तीर्ण होते आणि रंगांची आभा मोठी विलाभनीय होऊन प्रकटते. आधीच्या चार पुस्तकांहून वेगळी धुमारे असणाऱ्या 'अग्निपथ'चे असेच आहे. 'अग्निपथ'चे प्रबोधन तरुणाई विरुद्ध मुर्दाड झालेली संवेदनशून्य आधीची पिढी असा संघर्ष आहे. उरात स्वप्ने आहेत; पण त्या स्वप्नांचा चक्काचूर झाल्याचे दिसून येते. ही तरुणाई काहीशी व्यवहाराने वागते. तसा निर्णय घ्यायला प्रस्थापित पिढीच प्रवृत्त करते. याला अपवाद आहे ती 'गद्दार' ही हुकूमशाहीचे दर्शन घडविणारी भयंकर कथा.

देशमुखांच्या कथेची वाचनीयता हे मूल्यविशेष आहे. लेखक म्हणून ते शब्दरचना करीत नाहीत. अनुभूतीच्या, आविष्काराच्या अपरिहार्यतेमुळे ते कथालेखन करतात. कथालेखनात लेखनाची सारी तंत्रे उन्मळून त्यांच्यासमोर येतात. ते भाषेचे केवळ रंगभरण करतात. कोणत्याच कथेचा तोंडवळा एकमेकांसारखा नसतो. आशयाची आवश्यकता म्हणून हिंदी भाषेत ते सहज संचार करतात. ती सफाईदार आहे. महत्त्वाची गोष्ट, भाषेत कृत्रिमपणा नाही आणि अलंकारिक सोस धरत नाहीत. भाषेचा निरतिशय साधेपणा हाच अंगभूत सौंदर्य आहे. जातीच्या सौंदर्याला आभूषणाची गरज नसते, तसं देशमुखी कथासौंदर्याचे आहे. कथेचा आशय जोमदार असतो, की त्याला सजवायला तोशीस घ्यावी लागत नाही. हे देशमुखांचे आविष्कारविशेष आहे, की ते चार-चौघांसमोर घटनेचे कथन करीत आहेत, असे त्यांनाच जाणवत असल्याने भाषेच्या डौलाविषयी ते जागृत दिसतात. भाषेचा साज त्यांना 'सादगी'त वाटतो. ही अनुभूती 'अग्निपथ' मधून येते.

'अग्निपथ'च्या बारा कथांचा एक घोस आहे. प्रशासनातील भ्रष्टता, ग्रामजनांची विनातक्रार सोशिकता, शिक्षणसम्राटांची गल्लाभरू वृत्ती, समाजाचे हितरक्षणासाठी राजकारणात जाऊन व्यक्तिगत ममतेचा अनिवार मोह, जातपात व औरस-अनौरस कल्पना, बालमजुरी व बालगुन्हेगारी, देश बांधवांच्या स्वातंत्र्यासाठी हौतात्म्य व जगण्यासाठी लाचार, दंगलीत माणसे मारण्याची स्पर्धा, नातेसंबंधाची फसवाफसवी हे सर्व विषय वर्तमानकाळ थीमबेस असलेले आहेत. वर्तमानकालीन भविष्य, त्या काळातील तरुणांचा असतो. एकीकडे बाजारपेठांच्या प्रचंड स्पर्धेमुळे, व प्रचंड निकडीमुळे खुले धोरण स्वीकारले जात आहोत म्हणून दुसरीकडे वैश्विकीकरण अनुभवत आहोत. या दोन्ही गोष्टींच्या परिणामांना सामोरे जावे लागते ते दुर्बलांना, अगतिकतेला, शुभशकुनांच्या, पवित्र-अपवित्राच्या, राष्ट्रप्रेम, समाजप्रेम, नातेसंबंध या संबंधांना कवटाळून बसणाऱ्यांना. उदार आणि सहिष्णू अंत:करणाचा लेखक आपले विचार ललितरम्यतेमधून प्रकट करतो तेव्हा वाचकाला माणूसपणाच्या सर्व भावना, वेदना, संवेदना प्रतीतीला येतात. स्पर्धेचा महामार्ग खुला झाला की त्यावर सांडलेल्या

रक्ताचे नाते माणुसकीशी राहत नाही, स्वच्छ रस्त्यावरची ती केवळ घाण असते. या विषयीची सहसंवेदना लक्ष्मीकांत देशमुखांनी मुखर केली आहे.

'लाईफ' 'टाईम' 'फार्च्युन' कथेला घटितांचे कितीतरी संदर्भ आहेत. १९९९ साली महाराष्ट्र लोकसेवा आयोगाच्या अध्यक्षाला अटक झाली, ही कथा लिहून प्रकाशित झाल्यानंतर सांगलीच्या सचिन माळी, त्याची पत्नी शीतल साठे यांना सक्रीय नक्षलवादी म्हणून अटक झाली, अशा अनेक संदर्भाच्या उगाळा म्हणजे 'लाईफ टाईम फॉर्च्यून' कथा आहे. नामदेव, सिद्धार्थ, नेहा या प्रॉमिसिंग (होतकरू) तरुणांना ती अटक झालेल्या एम.पी.एस.सी. माजी अध्यक्षाच्या तोंडाला चिखल फासला म्हणून. अध्यक्षांनी पैसे घेऊन दोन भावंडांना डी. वाय. एस. पी. पद 'चक्क' दिले होते. (म्हणजे ऑलिपिक मध्ये ब्राँझ - कास्यपदक मिळविले म्हणून डेप्युटी कलेक्टर पद 'पदक' रूपाने द्यावे असे!) या घटनेमुळे विरुद्ध झालेली, अशा पदांची ध्येयाकांक्षा बाळगून मेहनत घेणारी तरुणाई तोंडाला काळे (चिखल) फासण्याचे काम करते. त्यांना अटक होते. सूर्यवंशी नावाचे म.से.लो.आ.चे सदस्य त्यांची जामिनावर सुटका करतात; परंतु ही तरुणाई कधी-कधी आततायी वागते.

सिद्धार्थ व नेहा नक्षलवादी होण्याचा निर्णय पत्रकार परिषदेत जाहीर करतात तर नामदेव 'देशाला प्रामाणिक अधिकारी नको असतील तर नको; मी खाजगी मंडळात मोठ्या पगारावर नोकरी करेन' हे जाहीर करतो. ध्येय बाळगणाऱ्यांत संयम असावा लागतो. कारण जे साध्य करायचे आहे ते साधन प्राप्त करायचे असेल तर अनेक प्रकारांची स्पर्धा असते, हे न कळण्याइतपत स्पर्धाशील मनोवृत्तीचा तरुण नसतो. स्पर्धा म्हणजे गुणांच्यावर मात करणे. चांगुलपणावर निष्ठा असणारे तरुण अधिकारी होता येत नाही म्हणून आत्मघात करून घेत नाही. आपल्या ध्यासाचा उपयोग ते अन्य ठिकाणी करतात. ही प्रचंड नैसर्गिक साधनसंपत्ती वाया जाऊ नये म्हणून स्वहित धोक्यात घालून धडपडणारी सूर्यवंशीसारखी माणसे सदैव दक्ष असतात, आपल्या नियत वर्तनाबाहेर जाऊन वर्तन करणारे नंदितासारखे अधिकारी आहेत. असे असताना टोकाच्या निर्णयाप्रत जाणारी अपरिपक्व विचारांची तरुणाई दिसून येते. या कथेत विचार आणि योग्य कृती यातील संघर्ष पाहावयास मिळतो. कथेत नाट्य आहे आणि भावनाप्रधान कृतीने कथा शिगोशिग झाली आहे.

आपापल्या अस्मितेच्या शोधामधून, संरक्षणामधून नक्षलवादी जन्मास येतात; परंतु भूमिका तार्किक असली तरी तो मार्ग आणि अवलंबिलेली प्रणाली फार घातक असते, कसे ते 'लाईफ टाईम फार्च्यून' कथेत फारच सहजसुंदरतेने प्रकट झाले आहे.

भारतीय संस्कृती निवृत्ती आणि प्रवृत्तीच्या संघर्षात अजूनही अडकलेली आहे. आणि हा संघर्ष आहे म्हणून प्रतिकूल जगणे होत आहे. याचे फार स्वाभाविक प्रत्यंतर

'भव शून्य नादे' या कथेमध्ये देशमुख देतात. त्यांच्या प्रज्ञा - प्रतिभेचा सुंदर मिलाफ या कथेत झाला आहे. मानवी मनाला मृत्यूचे तत्त्वज्ञान नेहमीच मोहित करीत आले आहे. आणि आध्यात्मिक तत्त्वज्ञानात तर ती मोहिनी भवसागरात तरून जायला पुरेशी आहे.

परभणीच्या तामुलवाडीला नेहमीच पुराने वेढलेले असते. कित्येक वर्षांची समस्या सुटलेली नव्हतीच. प्रखर इच्छाशक्तीचा अभाव! अक्षयसारखा ध्येय घेऊन आलेला सरकारी अभियंता तामुलवाडीला येतो. तेथील नैसर्गिक अवकृपेने दीर्ण-विदीर्ण होतो. या परिस्थितीचा एकच उ:शाप म्हणजे 'शिवशंभो हर हर शिवशंभो!' मोरया गोसावी. निर्मम, निरागस आणि नि:स्पृह योगी - भवशून्यात आत्मानुभूतीचा प्रकाश देतो. तेवढेच मरण सुसह्य करतो. राजकारणी व अधिकाऱ्यांची भावनाशून्यता, अस्मानी सुलतानाची चोहोबाजूंनी प्रतिकूलता यांचे भयानक तांडव 'भव शून्य नादे' मध्ये दिसते. गाव पुराने वेढले जाऊन संपर्क तुटतो. बाळंत-वेदना सहन करण्यासाठी तंबाखूची गोळी भरविली जाते!

अधिकारी येतात नि अधिकारी जातात. व्यवस्थेची पोलादी चौकट तोडू न शकणारा अक्षयही नोकरी सोडून मुंबईला जातो. मोरया गोसावी जलसमाधी घेतात आणि मास्तरांच्या अडलेल्या लेकीच्या पोटी मोरया म्हणून जन्म घेतात. परंपरेच्या समजातून कथाकारांनी फार मोठे सूचन केले आहे. व्यवस्था बदलणार नाही. मोरया गोसावीसारखे निर्भिक सज्जन जगण्याला बळ देतात. भारतीय व्यवस्थेत हा सनातन संघर्ष तर नसावा ना? अशी शंका कथेच्या अखेरीस उत्पन्न होते.

'नेव्हर सी यू अगेन', 'स्वत:ला रचित गेलो', 'बच्चू', 'सर्वात कठीण काम', 'नशिबाचा खेळ' या कथांची प्रेरणा अनाथपण आहे. बाल्य वात्सल्योत्सुक राहिले तर मन कसे उद्ध्वस्त होते याचे दिग्दर्शन करणाऱ्या या कथा आहेत. मुरलीधर व राधाक्का हे देसाई पती-पत्नी आपला संजय मुलगा बेंगरूळ - कुरूप आहे म्हणून त्याचा दुस्वास राहतात, तिरस्कार करतात.

आपल्या संपूर्ण घराण्यात हा असा कुरूप निपजला म्हणून! शेजारची बन्सी त्याला आपल्या उफाड्याने आमंत्रित करते; पण वडील आल्याने ही त्याच्यावर उलटते. देसाई पती-पत्नीला मुळातच तिरस्कृत वाटणारं हे कुरूप रूप. त्याला बेदम मारून डांबून ठेवतात आठ दिवस. ग्लानीतल्या संजयला सिस्टर अग्रेस ममतेने कवटाळतात. संजय मोठा चित्रकार होतो. जन्म न देणाऱ्या सिस्टर अग्रेस संजयच्या बक्षीस वितरण समारंभास उपस्थित नसतात. विमान अपघात तिचा दुसराही मुलगा, सून, नातू मृत्यूमुखी पडतात. उद्ध्वस्त झालेल्या अग्रेसला संजय मातृपद देतो. आईबापांना 'नेव्हर सी यू अगेन' असे सांगतो. त्याला जन्मभराचे वात्सल्य सिस्टर

अग्रेसकडून मिळते. तर 'कमल' एक वर्षाची असताना अनाथालयातून स्वीकारली गेली होती हे सत्य नवरा असणाऱ्या देसायाला कळते. तेव्हा जात, रक्त असे प्रश्न उपस्थित करून तिला उद्ध्वस्त करतो. जणू कमलचे बालपणच अनौरस असल्याप्रमाणे. 'बच्चू' ही कथा मातेने टाकून दिलेल्या अनाथ मुलांची. 'सर्वात कठीण काम' ही कथा दंगलीत मुलांना ठार करण्याचे कठीण काम सांगते, तर 'नशिबाचा खेळ' मतिमंद विकलांग नवऱ्यापासून झालेल्या तशाच बाळाला भविष्यातील घृणास्पद गोष्टीपासून मुक्त करण्यासाठी मारून टाकते. या कथांमधून कथाकाराचा हळवेपणा स्पष्ट होतो आणि ही एक मोठी सामाजिक समस्या आहे, हे ते कथेमधून सांगतात.

'कश्मीर की बेटी' व 'गद्दार' या राष्ट्राभिमान व जाज्ज्वल्य देशप्रेम व्यक्त करणाऱ्या कथा आहेत. माझ्या पिढीतील दोन घटना स्पष्ट आठवायला हरकत नाही. नव्वदीच्या दशकामध्ये तत्कालीन गृहमंत्री मुफ्ती मुहमद सैद यांच्या मुलीचे अपहरण नाट्य. बदल्यात सोडलेले अतिरेकी आणि त्यानंतरच्या आठ - एक वर्षांनी कंदहार विमान अपहरण (डिसेंबर १९९९) व स्वत: संरक्षणमंत्र्यांनी आय.एस.आय.च्या कट्टर अतिरेक्यांची कंदहारला विमानात नेऊन केलेली सुटका.

त्या पार्श्वभूमीची 'कश्मीर की बेटी' ही कथा देशाभिमान जाज्ज्वल्य करणारी आहे. डॉक्टरकी करणाऱ्या लेकीचे अतिरेक्यांनी केलेले अपहरण आणि अपत्यप्रेमापायी शरण आलेले तिचे गृहमंत्री वडील यांच्यावरील कथा आहे. जिचे अपहरण झाले होते ती राजकारणापासून लांब होते. तिची धाकटी बहीण (निकाह) राजकारण हा वडिलांचा वसा घेते; परंतु धाडसी, निर्णय घेण्यात चपळ आणि पंधरा-सोळा वर्षांपूर्वी वडिलांनी चूक केली होती, हे स्पष्ट करून राजकारण करणारी ही निडर, बेडर मुलगी आहे. वडिलांच्या पक्षातून वडिलांसह बाहेर पडून नवीन पक्षाची स्थापना करून त्याची धुरा सांभाळते आणि हौतात्म्याचीसुद्धा तयारी ठेवते.

हल्ल्यातून 'बाल बाल' बचावते. अतिरेक्यांना धडा शिकवत, युद्ध करून; पण त्यांच्या वैचारिक व मानसिक मनपरिवर्तनाला प्राधान्य द्यावे असे सांगते. शेजारील राष्ट्र-धर्मबांधवांचे संरक्षण म्हणून थयथयाट करते; पण मुहाजिरांच्या कत्तली आपल्याच देशात करते. हे मुहाजीर कोण आहेत? १४ ऑगस्ट १९४७ (पाकिस्तान स्वातंत्र्य दिन) व १५ ऑगस्ट १९४७ (भारताचा स्वातंत्र्य दिन) वा दोन दिवसांनंतर पाकिस्तानात गेलेले मुसलमान! त्यांची हत्या चालूच आहे.

तो प्रश्न सोडविणे सोडून कश्मीरचे स्वप्न पाहिले जात आहे. यावर 'कश्मीर की बेटी' आंतरराष्ट्रीय मुत्सद्देगिरी मांडण्याचा प्रयत्न करते. 'गद्दार' मध्ये हुकूमशाहीविरुद्ध आवाज उठविणाऱ्या देशप्रेमीची हत्या केली जाते आणि त्यांचा मुलगा टॉर्चरिंगला भिऊन बापाविरुद्ध वृत्तपत्रातून लिहितो. बापाच्या मृतदेहाला लाथ मारून थुंकतो.

जगण्यासाठी गडबडाऽऽ लोळू लागतो. या दोन्ही कथा त्वेषयुक्त झाल्या आहेत. देशमुखांच्या नसानसात समाजप्रेम व देशमुख-अभिमान भिनलेला आहे, हे प्रत्ययास येते.

❑

लक्ष्मीकांत देशमुख यांचे कथालेखन

डॉ. केशव तुपे

१९९० नंतर मराठी कथेचा प्रांत विविधांगांनी समृद्ध झालेला दिसून येतो. अनेक कथाकार आपापल्या वकुबाने या काळात लेखन करताना दिसतात. त्या त्या काळाची स्पंदने तातडीने अभिव्यक्त करण्यात कथा हा वाङ्मयप्रकार अग्रभागी असल्याचे जाणवते. जागतिकीकरणाचा रेटा, त्याचा समाजजीवनावर झालेला परिणाम, त्याद्वारा बदललेली सांस्कृतिक - सामाजिक परिस्थिती; बदलते, गतीशील समाजवास्तव, चैतन्यहीन; उद्ध्वस्त दुष्काळग्रस्त होत जाणारे खेडे, राजकीय क्षेत्रातील मूल्यहीनता, भ्रष्टप्रवृत्ती; धर्म - जात, भाषा - लिंग या विविध जाणिवांची टोकदार अस्मिता यांसारख्या अनेकविध आशयसूत्रांना कवेत घेण्याचा प्रयत्न अलीकडचे कथालेखक करत आहेत. लक्ष्मीकांत देशमुख हे याच काळातील दमदारपणाने कथालेखन करणारे एक महत्त्वाचे असे नाव आहे.

देशमुखांचा पहिला कथासंग्रह 'अंतरीच्या गूढगर्भी' हा १९९५ मध्ये प्रकाशित झाला. त्यानंतर 'उदक' (१९९७) - 'पाणी! पाणी!!' या नावाने दुसरी आवृत्ती, 'नंबर वन' (२००८), 'सावित्रीच्या गर्भात मारलेल्या लेकी' (२०१३) आणि 'अग्निपथ' असे एकूण त्यांचे पाच कथासंग्रह प्रकाशित झाले. या पाचही कथांसंग्रहांमधून समाजजीवनातील काही एका वेगळ्या विषयसूत्रांची मांडणी करण्याचा त्यांनी प्रयत्न केला आहे. मानवी भावजीवनातील नातेसंबंधांची सूक्ष्म वीण व तिच्यातील आडव्या-उभ्या धाग्यांची गुंतागुंत, अस्थानी सुलतानी संकटांमुळे कोलमडून पडणारे उद्ध्वस्त होणारे ग्रामजीवनातील भावविश्‍व, जैविक गरजांसाठी करावा लागणारा संघर्ष, प्रेमविषयक गहिरी जाणीव, क्रीडा विश्‍वातील प्रवृत्ती आणि अपप्रवृत्ती, स्त्रीभ्रूणहत्या व त्यानिमित्ताने ढवळून निघालेला महाराष्ट्र - अशासारखा काही सूत्रांना ही कथा अधोरेखित करते. या दोन दशकातील समाजजीवनातील स्पंदने टिपण्याचाच ही कथा प्रयत्न करत आली आहे.

||१||

'अंतरीच्या गूढगर्भी' हा सतरा कथांचा समावेश असलेला संग्रह शीर्षकाप्रमाणेच मानवी मनाच्या तळाशी दडून असलेला गूढभाव, सहजप्रवृत्ती, प्रेमविषयक शारीरी-अशारीरी जाणीव, नात्यांची वीण, गतस्मृतींची कातरता व ओढ अशा मानवी मनाच्या भावावस्था आविष्कृत करतो.

मुळात प्रेमभाव ही मानवी जीवनातील सहजप्रवृत्ती आहे. त्या प्रवृत्तीची अनेक रूपे या कथांतून प्रकटली आहेत. 'राधा', 'स्वतःच्या मनाचा एक्सरे रिपोर्ट', 'अभिमान', 'माझे अबोलणेही' या कथांतून प्रायः मध्यमवर्गीय, शिकून नोकरी करणारा असा अविवाहित तरुण आलेला आहे. तो मुंबई, औरंगाबाद-सारख्या मोठ्या शहरांच्या ठिकाणी विज्ञानात पदव्युत्तर, पदवी वर्गांसाठी शिकून परभणीसारख्या छोट्या जिल्ह्याच्या ठिकाणी बँकेत नोकरी करतो. मुळात तो संवेदनशील लेखकमनाचा आणि बहुश्रुत, अभिरुची संपन्न असा आहे. उच्च दर्जाच्या साहित्यकृती, कलात्म चित्रपट, नाट्य, चित्र यांसारख्या कलाप्रकारांत त्याला विशेष रुची आहे. या छोट्या गावी त्याला त्यांचा आस्वाद घेता येत नाही. शिवाय ज्या मैत्रिणींसोबत काळ व्यतीत केलेला असतो त्यांच्या आठवणी येथील एकांतवासामुळे (अर्थात त्याच्या दृष्टीने) अधिक उचंबळून येतात. तेव्हा त्यांच्याशी पत्रमाध्यमातून संवाद साधत आपली वेगवेगळ्या विषयांवरील मते, मतभिन्नता, कुटुंब, समाज, लग्न या सामाजिक संस्थांसंदर्भात भूमिका या अंगाने 'स्वगत' पर चर्चा प्राधान्याने या कथांतून आली आहे. या कथांतील नायिका ह्या नायकापेक्षा धीट, काही एक स्वंतत्र विचार नीटपणाने मांडू पाहणाऱ्या अशा आहेत. कधी काळाबरोबर तर कधी काळाच्या पुढेदेखील दोन पावले टाकून विवाह वा कुटुंब संस्थेविषयक वेगळा विचार मांडणाऱ्या अशा आहेत. नायक मात्र पुरुषसत्ताक पारंपरिक विचार करणारा, कुठलीही मोडतोड न करता आहे त्या व्यवस्थेत सगळी सुखे कशी मिळवता येईल त्या अंगाने विचार करणारा असा आहे. 'अभिमान' कथेतील कान्त व बीना हे याचे उदाहरण म्हणून नमूद करता येईल. एकत्र शिकणारे हे दोघे चांगले मित्र आहेत. मात्र बीनाची ध्येयकेंद्रितता, तिची स्वतंत्र विचारशैली, आर्थिक स्वावलंबन त्याला नको असते; तर एक पारंपरिक, कुटुंबवत्सल स्त्रीच्या तो शोधात असतो. या मतभिन्नतेमुळे ते दोघे एकत्र येणे शक्य होत नाही.

जैविक गरजांचे समाधान हे अस्तित्व टिकवण्यासाठी महत्त्वाचे असते. या गरजांच्या पूर्तीसाठी व्यक्ती विविध मार्गांचा अवलंब करते. मात्र त्यांची जेव्हा पूर्ती होत नाही अथवा सामाजिक नियमनांमुळे त्या जेव्हा दबल्या जातात, तेव्हा त्या

विकृतीचे वा मनोविकारांचे रूप धारण करतात. 'बास्टर्ड' कथेतील पारधी समाजाच्या शेवंताचा नवरा बुळा, कर्तृत्ववान नसल्यामुळे ती नानासाहेब इनामदारांशी खुले-आम शरीरसंबंध ठेवते. त्यांच्यापासून तिला मुलगादेखील होतो. इनामदारांच्या मृत्यूनंतर ती पुन्हा अन्य पुरुषाबरोबर - महादजी पाटील - संबंध ठेवते. तिचा मुलगा बबन याला विरोध करतो. तेव्हा ती म्हणते, "आपलं समदं खुल्लम खुल्ला असतंया. अजून मी बुड्ढी नाय झाले. अजनू आग हाय इथं... म्या माझी जिम्मेदार हाय." (बास्टर्ड, पृ. १७) ही शेवंताची वर्तणूक बबनला गैर, अनैतिक वाटते. मात्र तिला त्यात गैर काहीही वाटत नाही. एक प्रकारे आपली आदिम प्रेरणा, जैविक गरजच भागवतोय, असा शेवंताचा त्यापाठीमागे वर्तनभाव असतो.

मात्र दुसऱ्या एका 'हे खेळ मनाचे सारे' या कथेत नेमके याच्या उलट घडते. निवेदक श्रीची आई नानी ही विधवा आहे. श्री लहान असतानाच वडील वारले. त्यामुळे आईला उभे आयुष्य एकाकी काढावे लागते. त्यांच्या शेजारच्या बंगल्यात विधुर असणारे मास्तर राहात असतात. त्यांच्याकडे नानींचे जाणे येणे असते. दरम्यान मास्तरांविषयी नानींना आकर्षण निर्माण होते. मात्र संस्कारशील पित्याची कन्या, वेदशास्त्रसंपन्न घराण्याची सून, डॉक्टर श्रीची आई - ही लेबले चिकटल्यामुळे मनातील भाव कुणाजवळ प्रकट करता येत नाही. त्याशिवाय सामाजिक नियमांचा, नैतिक मूल्यांचा प्रचंड दबाब असल्यामुळे असा विचार, कृती म्हणजे परंपरेच्या दृष्टीने 'वाकडे पाऊल' ठरणार असते. त्यामुळे ही सारी घुसमट, अतृप्त वासना मनातच दडून राहते आणि पुढे मनोविकृतीचे रूप धारण करते. आपल्या मनात आलेले परपुरुषविषयक विचार-विकार समाजभयापोटी आपले नसून ते आपल्या संदर्भात ते त्याच व्यक्तीचे आहेत. असा 'टाईप ऑफ प्रोजेक्शनचा' मनोविकार तिला जडतो. शेवंता व नानी या दोघींची तुलना केली तर दोघींचीही जैविक गरज पूर्ण झालेली नाही. त्यासाठी त्या पर्याय शोधू पाहातात. तेव्हा शेवंता करू पाहात असलेली पूर्ती ही तथाकथित सामाजिक विकृती ठरते; तर नानींची मनोविकृती ठरते. या दोघींच्या संदर्भात त्यांच्या मुलांचे वर्तनदेखील भिन्न स्वरूपाचे आहे. श्री स्वत: डॉक्टर, मनोविकार तज्ज्ञ असल्यामुळे आईला नीट समजून घेऊ शकतो; मात्र बबनला शेवतांचे वर्तन सामाजिक संस्कारांमुळे अनैतिक वाटते. जैविक गरजांना सामाजिक वर्तन आणि संस्कार कसे परावर्तित करतात, त्यांची 'कंडिशनिंग' करतात - हे इथे दिसून येते.

'भुके'साठी, पर्यायाने जगण्यासाठी, करावा लागणारा संघर्ष 'रात्र' सारख्या कथेतून तीव्रपणे अधोरेखित झाला आहे. उच्चशिक्षित असूनही दिग्विजयला नोकरी मिळत नाही. तेव्हा गावातीलच महाविद्यालयाला विज्ञानाच्या प्रात्यक्षिकासाठी बेडूक

पकडून देण्याचे काम त्याला करावे लागते. आपण महार जातीचे असल्यामुळे शेवटी पुन्हा हाच धंदा आपल्या नशिबी यावा, याचे त्याला वाईट वाटते. आणि जातवास्तवाच्या दाहकतेने तो अधिक विचारप्रवण होतो.

मानवी नातेसंबंध, भावबंध हे अलीकडच्या व्यक्तिवादी जाणीवेमुळे कसे तुटत, विस्कटत चालले त्याचे प्रत्यंतर काही कथा आणून देतात. 'अंतराय'मधील रामसिंग व लक्ष्मण हे दोघे सख्खे भाऊ आहेत. मात्र लक्ष्मणच्या मनात मोठ्या भावाविषयी क्षुल्लक कारणावरून असूया, द्वेष निर्माण होतो आणि त्याच्यापासून दूर जातो. मात्र 'बास्टर्ड' मधील गायत्रीला आपल्या पतीने दुसऱ्या बाईबरोबर ठेवलेल्या शरीरसंबंधातून जो मुलगा झाला, त्याला पाहण्याची एक अनाम ओढ लागून राहिली आहे. तर 'अंतरीच्या गूढगर्भी' मधील नरेश आवडत्या जयाशी लग्न होऊनही बेचैन आहे. अगोदर तिचे लग्न दुसऱ्याबरोबर ठरलेले असते. त्याचे निधन होते. तेव्हा आपले प्रेम असलेल्या जयाला नरेश स्वत:हून मागणी घालतो. त्यांचे लग्नदेखील होते. परंतु अगोदरच्या 'मकरंद' विषयीचा भुंगा सतत त्याचे डोके पोखरत असतो. नातेसंबंधातील संशयीवृत्ती जगणे असह्य करते - ते इथे दिसते

'आयुष्य ओघळल्यावर' आणि 'विरत चाललेलं माणूसपण' या कथा देखील मानवी नात्यांतील सैल होत जाणारी वीण अधोरेखित करतात. 'आयुष्य....' मधील रमण इंग्लंडमध्ये स्थायिक झालेला. तिथेच पाश्चात्त्य मुलीबरोबर संसार थाटलेला, मात्र गावाकडे नांदेडला आल्यावर 'नॉस्टॅल्जिक' होतो. गतस्मृतीत रममाण होतो. आणि बालपणीच्या पाहिलेल्या, अनुभवलेल्या, जीव लावलेल्या वस्तूंशी, माणसांशी भावनिक गुंतत जातो. सारा भूतकाळ त्याला हवासा वाटतो आणि आपण परदेश स्वीकारच नव्हे; तर परसंस्कृती स्वीकार करतो आहोत, असा अपराधगंड निर्माण होतो. 'विरत चाललेलं....' या कथेतील निवेदक आजोबांच्या प्रथम श्राद्धासाठी निघतो; मात्र ओव्हरटाईम जाणार म्हणून काही काळ संभ्रमित होतो. भौतिक की भावनिक असा एक सांस्कृतिक संघर्ष या दोन कथांच्या निमित्ताने लेखक उभा करू पाहातो.

दु:ख ही एक सनातन मानवी जाणीव प्रत्येकाच्या वाट्याला ती नाही म्हटले तरी येतेच. प्रेमातील वैफल्य, हवे ते इच्छित न मिळणे, मनासारखी निर्मिती न होणे, कधी परिस्थिती, नियती आड येणे यामुळे हा दु:खभोग अटळ असतो. कलावंताला ही दु:खाची जाणीव अधिक गहिरी, सघन बनवते. किंबहुना त्याच्या दु:खाची जातकुळी ही सामान्यांपेक्षा काहीशी वेगळ्या कोटीची असते. तो जेव्हा भौतिक सामाजिक संरचनेला बाजूला सारून, त्यांच्या मर्यादा अधोरेखित करून काही नवे निर्मू पाहातो, आधिभौतिकतेचा शोध घेऊ पाहातो, हा दु:खाचा ससेमिरा

त्याच्या पाठीशी अधिक लागतो. 'सृजन कसा तडफड करी' ही कथा अशाच एका मनस्वी कलावंताच्या असीम दु:खाचा वेध घेते. गुरू व रीटा या चित्रपट क्षेत्रातील दोन कलावंतांची ही शोकात्म कथा. प्रत्यक्षातील गुरुदत्तच्या लौकिक जीवनातील संदर्भाचे स्मरण करून देणारी व या संग्रहातील महत्त्वाची ठरावी अशी कथा. गुरू हा एक कलात्म ध्यास असलेला दिग्दर्शक, मात्र सतत अस्वस्थ. सतत नवे काही शोधण्याची, निर्मिण्याची धडपड. आपल्याच विश्वात, कलाजीवनात मग्न; त्यामुळे कुटुंबाकडे दुर्लक्ष, पत्नीशी सतत संघर्ष. मुलगी पत्नीने त्याच्यापासून दूर ठेवलेली त्यामुळे दु:खाची खोलवर टोचणी. दुसरीकडे या कथेतील नायिका व गुरूच्या चित्रपटाची नायिका रीटा हिचा कुटुंबव्यवस्थेवर विश्वास नाही. एका मित्राबरोबर आलेल्या संबंधातून लग्नाअगोदर मुलगा होतो, त्याला वाढवते. मात्र तो फार काळ टिकत नाही. त्याचे जीवघेणे दु:ख आयुष्यभर सांभाळते. या दोघांची मैत्री, एकत्र येणे, निर्मितीच्या जीवघेण्या वेणा, सामाजिक घटकांचा जाच, कौटुंबिक विस्कटलेपण, सततची अस्वस्थता, भणंगता अशा विविध ताणांवर तोललेली ही कथा एका आदिम सत्याचा शोध घेऊ पाहते. मानवी जीवनाकडून आधिभौतिकतेकडे झेपावू पाहाते. या निमित्ताने कथेत कुटुंब, विवाह या संस्थांच्या मर्यादा आणि आवश्यकतेचा परीघ यांकडे देखील अंगुलीनिर्देश केला गेला आहे. या संग्रहातील व देशमुखांच्या कथासंभारातील एक महत्त्वाची कथा म्हणून तिचा उल्लेख करता येईल. 'जोकर' ही कथा 'मेरा नाम जोकर' या चित्रपटाशी नाते सांगणारी, शारीर अपंगत्वामुळे जोकरच्या वाट्याला येणारे प्रेम- वैफल्य चित्रित करणारी अशी आहे.

'किलिंग' या कथेत देखील कलांवत लेखकांचा जीवनानुभव आणि तो प्रकट करत असताना होणारी जीवघेणी घालमेल प्रकटते. कथेची नायिका प्रियू ही बालकांसाठी कथालेखन करते. तिचा मुलगा बंडू हा मतिमंद आहे. सतरा वर्षांचा असूनही त्याची नीट / पुरेशी बौद्धिक वाढ झालेली नाही. त्याला इतके दिवस महत्प्रयासाने वाढवले. अजून बरेच आयुष्य पडले. मात्र मातृत्वाची ओढ तिला स्वस्थ बसू देत नाही. त्याच्या रंजनासाठी, रिझवण्यासाठी विविध उपाय करते. त्याचाच भाग म्हणजे बंडूसाठी कथालेखन करणे. या कथेत ती नंदू नावाचा शूर, धाडसी असा बालनायक निर्माण करते. बंडूच्या अपंगत्वाची उणीव नंदूच्या निमित्ताने भरून काढते. नंदूच्या पराक्रमाच्या कथामालिका बालवाचकांना देखील प्रिय वाटतात. नंदूला यशाच्या शिखरावर नेऊन बसवते. मात्र इकडे बंडूला आजारपणामुळे सांभाळणे दिवसेंदिवस कठीण होत आहे; तेव्हा त्याला 'मर्सी किलिंग' द्यावे की काय असा विचार विद्युत्वेगाने तिच्या मनात चमकून जातो. मात्र तिच्यातील आईपण तो लागलीच धुत्कारून लावते आणि ती बंडूच्या जगण्याच्या बाजूने

मूल्यनिर्णय घेते. त्यानंतर काही दिवसांतच बंडूला नैसर्गिक मरण येते. तेव्हा अगोदर मनात आलेल्या विचाराने ती बेचैन होते. आणि ही बेचैनी ती नंदू या कथामालिकेच्या बालवीराला 'मर्सी किलिंग' देऊन थांबवण्याचा प्रयत्न करते. माता आणि लेखिका या दोन्ही सृजनाच्या पातळ्या नैतिक मूल्यनिर्णयासंदर्भात कशा एकमेकींशी नाते सांगतात तर कधी एकमेकींवर प्रभाव टाकतात ते मांडले आहे. जीवन आणि कला यांचे विश्व कधी समांतरपणे; तर कधी एकमेकांत मिसळून पुढे जात असते. मात्र जीवनातील अस्वस्थता, वैफल्य वाढीस लागल्यावर ते संपवावे, की पुढे वाहते ठेवावे, असा मूल्यनिर्णय देण्याची वेळ येते, तेव्हा ती संवेदनशील व्यक्ती म्हणून जीवनाच्या बाजूने उभी राहते. मात्र जेव्हा नियती ते संपवते, तेव्हा तितक्याच प्रेमाने वाढवलेली कलाकृती देखील ती संपवते. या निमित्ताने कथालेखकाने जीवन व कला यासंदर्भात काही मूलभूत प्रश्न उपस्थित करून 'काव्यगत न्याया'वर जीवनव्यवहार प्रभाव टाकतो- त्याचे सूचन केले आहे.

या कथासंग्रहातील 'राधा', 'हे खेळ मनाचे सारे' या दोन कथांतून निवेदनाच्या स्वरूपात काही प्रयोग करण्याचा प्रयत्न आहे. 'राधा' मध्ये सलग कथानिवेदन सुरू असताना मध्ये लघुपटाचे निवेदन आले आहे. तर 'हे खेळ...' मध्ये आलटून पालटून पात्रमुखी निवेदन तंत्र वापरले आहे. कधी धक्कातंत्राचा / कलाटणीचा देखील लेखक वापर करतो.

॥२॥

मराठवाडा हा प्रदेश सतत दुष्काळाशी संघर्ष करत आला. या दुष्काळामुळे ग्रामजीवन मोठ्या प्रमाणात प्रभावित होते. कारण नागरी जीवनाप्रमाणे तिथे केवळ मानवी जीवनच अस्तित्वात असत नाही; तर या मनुष्यसृष्टीबरोबरच जनावरे, अन्य पशुपक्षी, वनस्पती, शेतातील पिके या साऱ्या 'पर्यावरणीय अधिवासा'तील घटकांना दुष्काळाची झळ सोसावी लागते. मात्र दुष्काळ निवारणासाठी शासकीय स्तरावर ज्या उपाययोजना केल्या जातात. त्या प्राय: 'माणूस' हे एकक ध्यानी घेऊन; परंतु आजूबाजूच्या या निसर्गसृष्टीचा ते फारसा विचार करत नाही. त्यामुळे ग्रामजीवनात दुष्काळाची तीव्रता अधिक जाणवते.

लक्ष्मीकांत देशमुख यांचा 'पाणी! पाणी!!' (२००७) हा कथासंग्रह याच विषयाला केंद्रित करतो. १९९७ मध्ये हाच संग्रह 'उदक' या नावाने प्रसिद्ध झाला होता. दहा वर्षांनंतरदेखील 'तहानलेल्या महाराष्ट्राची कहाणी' (संग्रहाचे उपशीर्षक) आहे तशीच आहे. यातील बहुतांश कथा ह्या मराठवाडा प्रदेशातील असल्या, तरी काही मात्र परिसरातील वातावरणाला अधोरेखित करतात.

दुष्काळ हे नैसर्गिक संकट असले तरी त्याच्या निवारणाच्या उपाययोजना ह्या संस्थात्मक शासकीय पातळीवरील असतात. त्यामुळे तेथे मानवी हस्तक्षेपास बराचसा वाव असतो. देशमुखांनी या निमित्ताने प्रस्तुत संग्रहातील कथांमधून दुष्काळासंदर्भातील राजकारण, राजकीय पक्षांची श्रेय घेण्यासाठीची स्पर्धा, आपापल्या मतदारसंघात रोजगार हमीची कामे सुरू करण्यासाठी धडपड, धान्य वाटपातील काळाबाजार, धरणाचे - नदीचे पाणी वरचेवर अडवणे, टँकरच्या पाणी पुरवठ्यातील दंडेलशाही, एका पाणवठ्यावर पाळली जाणारी जातीय विषमता, अन्न-पाणी न मिळाल्यामुळे गेलेले भूकबळी, जगण्याचे पाण्याचे मूल्य म्हणून काही अपप्रवृत्तीनी केलेला स्त्रियांच्या शरीराचा वापर, गरोदर महिलेला प्रसूतीसाठी पाणी न मिळणे, प्रतिष्ठित म्हणवल्या जाणाऱ्या सरंजामी वृत्तीच्या पुरुषांच्या बायका खडीकाम / रोहयोच्या कामावर जाणे आणि त्यांनी प्रतिष्ठाहनन होऊ नये म्हणून गावातच थांबणे - अशा विविध आशयसूत्रांना या कथा आविष्कृत करतात. देशमुखांची पूर्वीची कथा ही व्यक्तिनिष्ठि स्वरूपाची होती. या कथांनी तिला सामाजिक आशयाचे एक व्यापक परिमाण मिळवून दिले. आपल्या काळाची, विशेषत: दुष्काळाची, तीव्रतर स्पदंने देशमुख इथे टिपतात. आशयसूत्रांचे परस्परांशी असणारे संबंध, स्थळ - कालावकाशाची सलगता, पात्रांची कथांतील पुनरावृत्ती व विकासक्रम, प्रदेशाची भाषेची समानता अशा बाबींमुळे या कथा सुट्या सुट्या असल्या तरी कांदबरी सदृश अशा सलग कथानकाचा प्रत्यय वाचकास देतात.

एकाच जिल्ह्यातील दोन तालुक्यात असमान पाणी वाटपामुळे सामान्य शेतकऱ्यांना जो जाच सहन करावा लागतो त्याविषयीचा अनुभव 'पाणी चोर' या कथेतून येतो. महादू हा ऊसशेतीचा मालक. मात्र धनदांडगे शेतकरी त्याच्यापर्यंत पाणी पोहोचू देत नाहीत. त्यामुळे डोळ्यादेखत उभे पीक पाण्याविना जळून जाताना तो पाहातो. आणि दुसऱ्याच्या शेतावर ऊसतोड मजूर म्हणून त्याला काम करावे लागते. 'लढवय्या' कथेतील महादू कांबळे हा सैन्यातून निवृत्त होऊन गावी स्थायिक झालेला आहे. गावचा सरपंच त्याला शासनाकडून मिळालेल्या जमिनीत वरच्या अधिकाऱ्यांना हाताशी धरून पाझर तलावाचे नियोजन करतो; गावकऱ्यांना त्यांच्या विरोधी उभे करतो. महादू कांबळे आपल्या परीने अधिकाऱ्यांना-गावकऱ्यांना समजावतो. मात्र कुणीही त्याचे ऐकायला तयार नसते. तेव्हा तो हतबल होतो आणि आपल्या देशातील व्यवस्थेविरोधातच उभा राहण्याचा निर्णय घेतो. इतके दिवस बाहेरच्या, परकीय शत्रूंशी लढलो आता घरभेद्यांशी लढणे आले, असे समजून सरपंचाच्या विरोधात उभा राहतो. ऊसतोड मजूर महादू व 'लढवय्या' मधील महादू कांबळे हे दोघे भिन्न जातींचे, वर्गांचे आहेत. परंतु त्यांचे शोषक मात्र

समानधर्मी असे आहेत. ते दोघेही त्यांच्याविरोधात संघर्ष करू पाहतात; मात्र त्यांचा हा संघर्ष सुटा, एकल स्वरूपाचा ठरतो, तो सामूहिकतेचे रूप घेत नाही. त्यामुळे तो विद्रोहाच्या पातळीवर पोहोचण्याऐवजी तात्कालिक क्रोधाचे, संतापाचे रूप घेतो.

ग्रामजीवनात सरंजामी जाणीव सूक्ष्मस्वरूपात अद्यापही रुजून असल्याचे काही कथांतून दिसून येते. ही सरंजामी मानसिकता आणि पितृसत्ताक व्यवस्था या दोघोंच्याही बळी ह्या स्त्रियाच ठरलेल्या आहेत. विशेषत: मराठा, मुस्लीम आणि ब्राह्मण समाजातील स्त्रियांना याची झळ अधिक पोहोचते. (दलित स्त्रियांचे दु:ख त्याहीपेक्षा अधिक दुहेरी पातळीवरचे आहे). ब्राह्मण समाज शिक्षणामुळे ही मानसिकता बाजूला सारण्याचा प्रयत्न करत असल्याचे दिसते. 'खडकात पाणी' या कथेतील ब्राह्मणाची सून सुनंदा हिच्या पायगुणाने दुष्काळग्रस्त आकाशवाडी-मध्ये पाऊस आला म्हणून गावकरी तिचे स्वागत करतात. तिच्या हस्ते कूपनलिकेची पूजा होते. संबंध गाव, तिचे कुटुंब आणि कथानिवेदक देखील तिच्याकडे आदराने पाहतात. मात्र मराठा व मुस्लीम समाजातील स्त्रियांची स्थिती नेमकी याच्या उलट आहे. घरंदाज, खानदानी म्हणवले जाणारे कुटुंब देशोधडीला लागते, तेव्हा रोहयोच्या कामावर जाण्याखेरीज गत्यंतर नसते. मात्र नवरा सरंजामी-वृत्तीचा असल्यामुळे अशा कामावर जाणे त्याला प्रतिष्ठेचे वाटत नाही. आणि तो स्वत:देखील जात नाही. 'बांधा' कथेतील गजरा आणि 'अमिना' मधील अमिना या दोघी अशा व्यवस्थेच्या बळी ठरलेल्या आहेत. 'जगण्याची हमी' मधील कैकाडी समाजाच्या सारजाचे दु:ख वेगळ्या प्रकारचे आहे. तिचा नवरा गावचा पोलीस पाटील आहे. तो पाटलांची काम न करण्याची परंपरा पुढे चालवतो. त्यामुळे कुटुंबाची उपासमार होते. सारजाला धीराने पुढे होऊन काम करून जगण्याची हमी मिळवावी लागते.

दलित समाजातील स्त्रियांच्या दु:खाचे अंत:स्तर अधिक गहिरे आणि दुहेरी स्वरूपाचे असे आहेत. दलित म्हणून सामाजिक विषमतेचा जाच जसा असतो; तसेच तिला कुटुंबात देखील दुय्यमत्व असते. 'कंडम' कथेतील निराधार बायजा पाण्यासाठी व्याकूळ होते. पाटलांची सून, जोशांची बायको म्हाताऱ्या बायजाला पाणी वाढत नाही. शिवाय दलितांसाठीची पाण्याची विहीर दूर असते. तहानेने व्याकूळ झालेली बायजा अंधारात सवर्णांच्या विहिरीवर जाते; आणि पाणी शेंदत असतानाच पडून तिचा अंत होतो. दुसऱ्या दिवशी विहिरीतील तिचे प्रेत पाहून सवर्णीय खवळून उठतात. विहीर बाटली म्हणून तिची शुद्धी करून घेण्याचे ठरवतात. पाण्याअभावी एका वृद्ध दलित स्त्रीचा मृत्यू होतो आणि सवर्ण शुद्धाशुद्धतेची, तर दलित तिचे प्रेत वाहून न्यावे लागणार म्हणून तेथून पळ काढण्याची भाषा

करतात. 'बायजा'सारख्या स्त्रियांचा छळ जिवंत असताना तर सुरू असतोच, मात्र मेल्यानंतरदेखील त्यांना त्याला सामोरे जावे लागते. 'मृगजळ' मधील रखमा आणि 'उदक' मधील प्रज्ञा या दोघी दलित तरुणी शिक्षित आहेत. मात्र पाण्यासाठी कराव्या लागणाऱ्या संघर्षात त्यांच्या शरीराचा वापर काही जण करून घेण्याचा प्रयत्न करतात. मात्र त्या धीराने तोंड देऊन व्यवस्थेच्या विरोधात उभे राहण्याचे ठरवतात.

'भूकबळी' ही या संग्रहातील एक महत्त्वाची आणि सर्वार्थाने दुष्काळी समाजाची प्रतिनिधी ठरावी अशी कथा आहे. सामान्य, हातावर पोट असणाऱ्या दलित कुटुंबाची दुष्काळात सर्व बाजूने कोंडी होऊन कशी होरपळ होते त्याचे साद्यंत शोकात्म असे चित्रण आले आहे. या कथेतील ठकूबाई ही नैसर्गिक अन्नधान्याच्या तुटवड्यामुळे भूकबळी ठरत नाही, तर शासन-प्रशासनाच्या गलथानपणामुळे ती बळी गेल्याचे दिसते. रोहयोची कामे असूनही या कुटुंबाची होणारी फरफट, कामाचा मोबदला म्हणून मिळणाऱ्या धान्याच्या काळाबाजार, ते देणाऱ्या दुकानदारांची मनमानी, मजूर संघटनांची अपप्रवृत्ती, शासकीय अधिकारी-कर्मचारी यांची भ्रष्टप्रवृत्ती, संवेदनाहीनता, अशा वेगळवेगळ्या घटकांच्या ताणामुळे ठकूबाईसारख्या महिला भूकबळी ठरतात हे इथे प्रत्ययास येते. तीव्रतर अशी सामाजिक समस्या कथाकाराने अतिशय संयतपणाने आणि तितक्याच कलात्मरीतीने हाताळली आहे.

दुष्काळी परिस्थितीत शेतकऱ्यांच्या जगण्याचा आधार ठरणारी जनावरे चारा-पाण्याअभावी सैरभैर होतात. पर्याय नसताना खुंट्यावर मरण्याऐवजी जो येईल त्याला जनावर बेभाव विकले जाते. अशा परिस्थितीत कत्तलखाने जोरात सुरू असतात. त्या संदर्भातील कारुण्यपूर्ण चित्रण 'दास्ता ए अलनूर कंपनी' या कथेतून आले आहे.

बहुतांश ग्रामीण कथनात्म साहित्यातून प्रशासकीय अधिकाऱ्यांची भ्रष्टता, बोथटता आलेली आहे आणि ते सत्यही आहे. मात्र या संग्रहातील काही कथांत सरकारी अधिकारी संवेदनशील, जनतेप्रति बांधिलकी असलेले, प्रसंगी आपल्या उच्चपदस्थांचा रोष ओढवून घेणारे असे आहेत.

॥३॥

लक्ष्मीकांत देशमुख यांच्या 'नंबर वन' या संग्रहातील एकूण दहाही कथा क्रीडाक्षेत्राशी संबंधित आहेत. मानवी जीवनातील सहजप्रवृत्ती ह्या जशा अन्य क्षेत्रात कार्यरत असतात तशाच त्या क्रीडाक्षेत्रात देखील कार्य करत असतात, त्याचा प्रत्यय या कथांच्या वाचनाने येतो. क्रीडाक्षेत्रातील खेळाडू, क्रिकेटर ह्या 'पब्लिक

फिगर' असतात. समाजमनात त्यांच्याविषयी एक विशिष्ट प्रतिमा असते. त्यामुळे त्यांच्या खासगी - वैयक्तिक व्यवहाराचे पडसाद त्यांच्या सार्वजनिक जीवनात; करिअरवर उमटत असतात. अशा अंगाने ही कथा खेळाडूंमधील 'मानवी मन', त्यांचे 'मातीचे पाय' शोधण्याचा प्रयत्न करते.

रनिंग, क्रिकेट, बॅडमिंटन, जलतरण, शूटिंग या क्रीडा प्रकारांच्या निमित्ताने त्या - त्या प्रकारांतील सूक्ष्म तपशील कथाकाराने मांडले आहे. क्रीडाक्षेत्राशी समरूप झालेला खेळाडू आजूबाजूच्या समूहभावाला बाजूला सारून 'लक्ष्या' वर केंद्रित होतो. मात्र त्याच्या भाववृत्ती, सहजप्रवृत्ती, त्याचा लहरी स्वभाव जेव्हा उफाळून येतो तेव्हा त्याच्या हातून काही प्रमाद घडतात. अशा समयी त्याचे यश बाजूला पडते आणि चाहत्यांच्या मनावर 'नायक' म्हणून विराजमान झालेला तो नंतर 'खल' नायक ठरतो. क्रीडाविश्व आणि मानवी भावविश्व यांची संमिश्र अशी गुंतागुंत कथाकाराने प्रकट केली आहे.

'फिरूनी नवी जन्मेन मी' ही या संग्रहातील ग्रामीण भागातील पाथरवट समाजातील मुलीच्या जीवघेण्या संघर्षाची, क्रीडाक्षेत्रात तिला कराव्या लागणाऱ्या सामन्यांची कथा आहे. मीना ही राष्ट्रीय-आंतरराष्ट्रीय धावपटू आहे. मात्र आशियन गेम्सच्या स्पर्धेत तिला 'लिंग निदाना' (जेंडर टेस्ट) ला सामोरे जावे लागते. आणि त्यात 'तू स्त्री नाहीस' असे तिला सांगितले जाते. तेव्हा धावण्याच्या शर्यतीत अव्वलस्थानी असणारी मीना कोलमडते आणि 'आपण स्त्री आहोत' हे सिद्ध करण्यासाठी जीवतोड मेहनत करते. मात्र तिची स्पर्धक विरोधक सानिया वेगळा पवित्रा घेऊन तिला सातत्याने अडचणीत आणण्याचा प्रयत्न करते. तेव्हा ती आत्महत्येस देखील प्रवृत्त होते. स्त्री म्हणून होणारी कुचंबणा, घुसमट वेगळी आणि स्त्री असूनही पुरुषी गुणधर्म अधिक असल्यामुळे स्त्री नाही म्हणून वाट्याला येणारी वेदना त्यापेक्षा अधिक जीवघेणी, आणि त्यासंदर्भातील शह-काटशह यांचा प्रत्यय इथे येतो.

'बंद लिफ्ट' ही क्रिकेट जगतावर अधिष्ठित असलेली एक कथा आहे. कथेच्या वाचनाने क्रीडा क्षेत्रातील प्रत्यक्षातील काही संदर्भ वाचकांच्या डोळ्यांसमोर उभे राहतात. हॅम व सॅम या दोन बालपणापासूनच्या एकत्र करिअर घडवून पाहणाऱ्या मित्रांतील नात्यांची आणि विशेषत: हॅमची शोकान्त अशी कहाणी आहे. सॅम उच्चवर्णीय समाजाचा. तो आपला खेळ, फॉर्म, खासगी जीवन हे सारे सांभाळून पुढे पुढेच जात राहतो. मात्र हॅम दलित समाजातील. तोही सॅम इतकाच खेळण्यात माहीर. क्रिकेट जगतात स्वत:चे स्थान असलेला आहे. परंतु खासगी जीवनातील वर्तन समाजनियमांना धरून न करणे, अभावग्रस्ततेमुळे उपभोगाच्या

पाठी धावणे, आपल्या फॉर्ममध्ये सातत्य न टिकवणे आणि दलितत्वामुळे निवड समितीने आपपरभाव बाळगणे यामुळे तो या क्षेत्रापासून बाजूला फेकला जातो. आणि निराशेच्या, वैफल्याच्या गर्तेत अडकतो. परिस्थिती, नियती ह्या माणसाचे उज्ज्वल भविष्य घडविण्याच्या जशा कामी येतात तशाच बिघडण्याचीदेखील भूमिका बजावतात. याचा इथे प्रत्यय येतो.

बेबी राणे ('रन बेबी रन') ही एक उत्कृष्ट धावपटू आहे. तिचे कोच - गुरू यांचा मानसिक-भावनिक आधार घेऊन उभी राहते. पुढे लग्न झाल्यानंतर पुरुषसत्ताक मानसिकतेचा पती मिळतो, त्यामुळे आपले करिअर तर थांबवावे लागतेच, मात्र प्रचंड मानसिक - शारीरिक त्रासामुळे आत्महत्येस प्रवृत्त व्हावे लागते.

'ब्रदर फिक्सेशन', 'दी रिअल हिरो', 'प्रयासे जिंकी मना', 'नंबर वन' यासारख्या कथा खेळाडूंमधील माणूसपण जपू पाहणाऱ्या. कधी त्यांच्यातील सहजप्रवृत्तींना अधोरेखित करणाऱ्या तर कधी महत्त्वाकांक्षा, खिलाडूवृत्ती यांचे देखील दर्शन घडवणाऱ्या अशा आहेत. 'शॉर्प शूटर' सारखी कथा अंडरवर्ल्डमधील शूटर भारताचा अव्वल नेमबाज कसा बनतो - त्याच्या हृदयपरिवर्तनाची काहीशी अतिरंजित वाटावी अशा स्वरूपाची आहे.

कथांच्या निवेदनाला आलेला प्रवाहीपणा, कथानक सहज पुढे घेऊन जाण्याची क्षमता यामुळे या कथा वाचक सहजतेने, उत्कंठेने वाचतो. कथानक काहीसे परिचित - अपरिचिताच्या सीमारेषेवर वावरणारे. त्यामुळे वाचक डोक्याला फारसा ताण न देता पुढे काय होणार याविषयी अंदाज बांधायला लागतो. या खेळाडूंची मुमूर्षा आणि जिगीषा पाहून हरखून जातो. असे असले तरी ती कुठेही रंजनपर होत नाही. आपला कलात्म तोल ढळू देत नाही. मराठी साहित्याला क्रीडाक्षेत्र तसे अपरिचित नाही. मात्र अलीकडच्या काळात या क्षेत्रावर अधिष्ठित कथनपर साहित्य फारसे दिसून येत नाही. त्यादृष्टीने हा कथासंग्रह 'नंबर वन' ठरावा अशा स्वरूपाचा आहे.

॥४॥

देशमुखांचा 'सावित्रीच्या गर्भात मारलेल्या लेकी' हा कथासंग्रह अगदी अलीकडे, वर्षभरापूर्वी, प्रकाशित झाला. 'स्त्रीभ्रूणहत्या' या विषयाच्या वेगवेगळ्या बाजू या निमित्ताने देशमुखांनी वाचकांसमोर मांडल्या आहेत. स्त्रीभ्रूणहत्या ही समस्या गेल्या दोन दशकांपासून ज्वलंत उभी ठाकली आहे. महात्मा फुले, सावित्रीबाई फुले, राजर्षी शाहू महाराज, डॉ. बाबासाहेब आंबेडकर या समाजधुरिणांच्या पुरोगामी महाराष्ट्राला शरमेने मान खाली घालावयास लावणारी अशी ही बाब आहे. ती एकाएकी उद्भवली

अशातला भाग नाही, तर तिच्या निर्मितीसाठी विविध सामाजिक, राजकीय, सांस्कृतिक, धार्मिक न्यू कार्यरत असल्याचे दिसून येते. धर्म-संस्कृतीमध्ये स्त्रियांचे स्थान, त्यांना मिळालेले दुय्यमत्व, विविध सामाजिक संस्थांतर्गत स्त्रियांची जागा व भूमिका यांचे देखील दुय्यमत्व, पितृसत्ताकतेमुळे वंशसातत्य - वारसा पुढे चालविण्यासाठी हवा असणारा 'दिवा', मध्ययुगीन सरंजामी मानसिकता, हुंड्यासारखा प्रश्न निर्माण झाल्यामुळे ग्रामीण भागातील लोकांची मुळातच कमकुवत असलेली आर्थिक बाजू, स्त्रियांवरील वाढत्या अत्याचारांचे प्रमाण आणि तदनंतर समाजाची त्या स्त्रीला वा कुटुंबाला मानसिक-भावनिक पातळीवर समायोजित न करून घेण्याची अपप्रवृत्ती. कुटुंबाला आर्थिक आधार देणारा, म्हातारपणाचा सांभाळ करणारा केवळ मुलगाच; तर मुलगी म्हणजे परक्याचे धन ही समाजाची भावना - अशा अनेकविध बाबींमुळे अलीकडच्या काळात बहुसंख्याक (संख्येच्या दृष्टीने) समाजाला मुलगी 'नकोशी' झाली होती हे २००१ व २०११ च्या जनगणनेने सिद्ध झाले. त्यामुळे विषयासंदर्भात कधी प्रबोधनाने, तर कधी कायद्याने लोकमानसात जागृती करणे गरजेचे झाले.

लक्ष्मीकांत देशमुख यांनी कोल्हापूर येथे जिल्हाधिकारी म्हणून कार्यरत असताना 'सेव्ह द बेबी गर्ल' (लेक वाचवा) हे अभियान तीन वर्ष चालवले. त्या अंतर्गत विविध योजना - उपक्रम राबवले. हे करत असताना विविध अनुभव, अनुभूती त्यांच्या गाठीशी जमा झाली. त्याचे प्रत्यंतर म्हणजे प्रस्तुतचा 'सावित्रीच्या....' हा आठ कथांचा सामाजिक दस्तऐवज ठरावा अशा स्वरूपाचा कथासंग्रह होय. महाराष्ट्रीय समाजमनाला स्त्रीभ्रूणहत्येसंदर्भात केलेला तो एक 'कांतासंमित उपदेश' च ठरेल.

या संग्रहाची एक उल्लेखनीय बाब म्हणजे यातील बहुतांश नायिका ह्या भ्रूणहत्येला मनस्वी विरोध करतात. लिंगसमानतेसंदर्भात व्यापक विचार करून तो पतीच्या गळी उतरवण्याचा प्रयत्न करतात. मात्र पतीच्या पारंपरिक आणि पुरुषी मानसिकतेमुळे या कृत्याला त्यांना बळी पडावे लागते. या निर्णयप्रक्रियेत त्यांच्या मनाचा कुठेही विचार केला जात नाही. 'माधुरी व मधुबाला' या कथेमधील सरिता पाहिली मुलगी होणार म्हणून आनंदून जाते. मात्र नायक (?) गणेशला पहिला मुलगाच हवा असतो. त्यामुळे तो सरिताला फसवून, डॉक्टरशी संधान साधून तिचा गर्भपात घडवून आणतो. आपल्या मुलीची भ्रूणहत्या झाली म्हणून ती हिस्टेरिक होते. त्यानंतर त्याचे मन परिवर्तन होते आणि तो दुसरी मुलगी 'दत्तक' घेऊन ती वाढवण्याचा निर्णय घेतो. 'इमोशनल अत्याचार' मधील शिक्षिका असलेल्या आशाला दोन मुली आहेत आणि त्यांच्यावरच थांबण्याची तिची तयारी आहे. मात्र पतीला तिसरे मूल हवे असते. लिंगनिदान चाचणीत ती मुलगी आढळते. तेव्हा पती तिला गर्भपातासाठी प्रवृत्त करतो. तिच्या ठाम नकारानंतर देखील त्याची तयारी नसते,

तेव्हा एका अटीवर ती डॉक्टरला गर्भपातासाठी तयार असल्याचे सांगते. ती म्हणते, "ते भ्रूण मला नवऱ्यासमक्ष दाखवा. जरा आपण खून केलेला जीव तरी पाहू द्या. तेवढं धैर्य तुमच्यात नक्कीच असणार. जो माणूस आपल्या बीजाला खुडून टाकू शकतो, तो नक्कीच धीटपणे हा मेलेला गोळा पाहू शकेल!' ('इमोशनल अत्याचार', पृ. ३९) मात्र तिचा हा आकांत, उफाळून आलेला क्रोध कुठल्याच व्यवस्थेपर्यंत पोहोचत नाही. तिने काही काळ पाहिलेली स्वप्ने, तिचे भावतरंग, आकांक्षांची क्षितिजे या साऱ्यांचा अस्त होतो.

दुसरी एक काळीज पिळवटून टाकणारी कथा म्हणजे 'लंगडा बालकृष्ण.' या व्यवसायातील डॉक्टर कुठल्या पातळीला जाऊन हे काम करत असतील त्याचा अंदाज घेणे देखील तर्काच्या पलीकडचे ठरते. दररोज वीस ते पंचवीस भ्रूणांची हत्या करायची आणि पाठीमागे काहीही पुरावा राहू नये म्हणून ते दवाखान्यात पाळलेल्या कुत्र्यांना खाऊ घालायचे - ही अमानुष अशी बाब कित्येक वर्षापासून सुरू असते. 'केस स्टडीज' मधून असेच जर सुरू राहिले तर भविष्यात काय होऊ शकते, याचे सूचन करते. एकविसाव्या शतकाच्या अर्ध्यापर्यंत मुलींची संख्या अशीच झपाट्याने कमी झाली तर बहुपतीत्वाची (Polyandry) प्रथा अस्तित्वात येईल, अथवा मुला-मुलींना आपसात (गे) विवाह करावा लागेल, असा एक संभाव्यतेचा तर्क ते करतात. या विषयाच्या संदर्भात विविध शक्यता काळाच्या मागे जाऊन आणि पुढे पाहून कथाकार समजून घेण्याचा प्रयत्न करतो.

या कथांतील नायक (?) हे प्रारंभी पारंपरिक मानसिकतेचे, पुरुषसत्ताक व्यवस्थेचे प्रतीक म्हणून दाखवले आहेत. मात्र भ्रूणहत्येनंतर त्यांना कलाटणी देऊन त्यांचे हृदय परिवर्तन घडवून आणले आहे. शिवाय नंतर त्यांना आपण केलेल्या कृत्याविषयीचा अपराधभाव देखील जाणवायला लागतो. त्यामुळे वाचकाला प्रारंभी खलप्रवृत्तीची वाटणारी ही पात्रे नंतर हळवी, संवेदनशील बनून आपल्या पत्नीचे काळजीवाहक बनतात. त्यांच्या हा हृदयपरिवर्तनाचा भाग कथावस्तूशी अस्वाभाविक, बेतलेला असा वाटतो. मुळात ह्या कथा गरीब, अल्पभूधारक, दलित कुटुंबात घडतात असे नाही; तर त्यांचा स्थलावकाश हा कोल्हापूरसारखा सधन परिसर आहे. तेथील उच्चशिक्षित, उच्चवर्गीय, शेतमालक - राजकारणी यांच्या प्रमुख भूमिका आहेत; त्यांना शिक्षणाची आणि पुरोगामित्वाची काही एक परंपरा आहे. त्यामुळे घटना घडून गेल्यानंतर 'मन्वंतर' ही बाब काहीशी खटकते.

तसेच अनेक कथांतून 'कलेक्टर' ही व्यक्तिरेखा कधी प्रत्यक्ष; तर कधी अप्रत्यक्षरीत्या डोकावत राहतो. 'पाणी! पाणी!!' या कथासंग्रहामध्ये देखील ते घडते. प्रत्यक्ष जीवनातील त्याची भूमिका निश्चितच महत्त्वपूर्ण आणि निर्णायक अशी

असण्याची शक्यता आहे. मात्र इथे कथावस्तूमध्ये ती सातत्याने डोकावल्यामुळे त्या व्यक्तिरेखेचा 'हस्तक्षेप' वाचकांना कथारूपात बाधित करतो. उदा. ''साने गुरुजी तर कोणत्याही मातेपेक्षा जास्त वत्सल, करुणामयी होते. कलेक्टरही स्त्रीपूजक आहेत. मीही माझं बाळ असंच चांगलं संस्कारित करेन.'' ('ऑपरेशन जिनोसाईड' पृ. ९३) अर्थात हा तपशीलाचा भाग सोडला तर या आठ कथांनी प्रस्तुत प्रश्नांचा विविधांगांनी वेध घेऊन त्याची तीव्रता समाजमनासमोर अधोरेखित केली आहे.

देशमुखांच्या या संग्रहातील आणि अगोदरच्या दोन्ही संग्रहातील कथा विशिष्ट विषयाला 'लक्ष्य' करून, त्या सूत्रांची नीट मांडणी करून आलेल्या असल्यामुळे त्या त्या विषयाची खोली, त्याचे विविध अंत:स्तर त्यातून प्रकटतात. त्यामुळे विषयाचा व्यापक पट तर उभा राहतोच; परंतु सलगतेमुळे कादंबरी सदृश्यतेचा प्रत्यय येतो.

देशमुखांच्या या कथा अभ्यासल्यानंतर लक्षात येते की, ते 'कथा' हा वाङ्मयप्रकार आणि समाजजीवनातील प्रश्न या दोहोंनाही नीट समजून घेऊन वृत्तिगांभीर्याने लेखन करतात. अनेक कथांतून येणारे निवेदक, काही व्यक्तिरेखा ह्या कथाकार देशमुखांशी तुलनीय ठरतात. तसेच काही कथांतून त्यांनी केलेले निवेदनाचे प्रयोग आणि नव्या 'गाव विकणे आहे' या कथेतील विषयाची मांडणी पाहाता कथा प्रकाराच्या शक्यता ते नीट समजून घेताहेत असे दिसून येते.

देशमुखांची ही कथासूत्रे पाहिल्यानंतर जाणवते की, ते महाराष्ट्रीय समजमनाची दुखरी नस पकडू पाहतात. आणि एवढेच करून थांबत नाहीत तर त्या दु:खावर इलाज देखील शोधण्याचा प्रयत्न करतात. या कथा 'कथा' म्हणून तर मराठी वाचकांच्या स्मरणात राहतीलच; परंतु त्यापेक्षा सामाजिक आशयसूत्रांना जोरकसपणे 'पॉईंट आऊट' करणाऱ्या आणि 'आऊट ऑफ बॉक्स' विषय मांडणाऱ्या म्हणून निश्चितच वाचकांच्या चांगल्या स्मरणात राहतील.

❑

लक्ष्मीकांत देशमुख यांच्या लेखनातील समकालीनता

भ. मा. परसावळे

लक्ष्मीकांत देशमुख हे कथा-कादंबरी या वाङ्मयप्रकारात लेखन करणारे साहित्यिक म्हणून महाराष्ट्रात ओळखले जातात. त्यांच्या लेखनाचा सारभूत विचार केला तर, आपल्या काळाचे संपूर्ण भान असणारा व मानवी मूल्यांसाठी प्रसंगी जोखीम पत्करून संघर्ष करणारा लेखक म्हणून त्यांची प्रतिमा मनात प्रतिबिंबित होते. 'सत्य असत्याशी मन केले ग्वाही' या दृढ निश्चयाने ते लिहितात. भय आणि तत्त्वांशी तडजोड या गोष्टी त्यांना माहीत नाहीत. आणि म्हणूनच त्यांचे जगणे आणि लेखन यात फरक जाणवत नाही. त्यांच्या लेखनाचे आणखी एक महत्त्वाचे वैशिष्ट्य म्हणजे सांप्रतच्या कोणत्याही साहित्यप्रवाहाच्या शिक्क्यापासून व गटा-तटापासून ते पूर्णत: मुक्त आहे.

'पाणी! पाणी!' हा त्यांचा कथासंग्रह खेड्यापाड्यातील निम्नस्तरीय माणसांच्या अडीअडचणी व पाण्याच्या समस्येशी निगडित आहे. या संग्रहात देशमुखांनी सभोवतालचं उघडंनागडं ग्रामीण वास्तव साध्या, सरळ, अनलंकृत भाषेत, कलात्मक आढेवेढे न घेता मांडलं आहे.

लोक प्रतिनिधी, कर्मचारी, अधिकारी यांच्या कुकर्मामुळं चांगल्या योजनांची वाट लागते आणि, नाइलाजानं वर्षानुवर्षे लोकांना नारूचे जंतू असलेले पाणी प्यावे लागते (नारूवाडी); हक्काच्या पाण्याचे हप्ते परस्पर धनिक पुढाऱ्यांनी लाटल्यामुळे पाण्याअभावी सगळ्या घरादाराच्या अहोरात्र कष्टाची माती झालेला हैराण महादू (पाणी - चोर) - भ्रष्ट व्यवस्थेच्या भीषण परिणतीची ही चित्रं मन हेलावून टाकतात.

लोकतंत्र, धर्मनिरपेक्षता व समाजवादाचा अंगीकार करून साठ वर्षे उलटून गेली, तरी सामाजिक आणि आर्थिक समता आपल्या स्थापित करता आलेली नाही. सामाजिक विषमतेच्या दृष्टीने सरकार आणि शासन पुरेसं गंभीर दिसत नाही. त्यामुळे अस्पृश्यतेची समस्या अजूनही शिल्लक आहे.

मुकादम व सरकारी यंत्रणेचा हलगर्जीपणा आणि स्वस्त धान्य दुकानदार शर्माचे

बेजबाबदार वर्तन यामुळे दलित मजूर ठकुबाईचा अन्नाविणा झालेला मृत्यू (भूकबळी).

दलितांची दुःखं मांडायची ती दलितांनीच! काही क्षीण अपवाद वगळता अदलित लेखकांना हे आपलं दायित्व आहे असं वाटत नाही. देशमुखांनी मात्र प्रारंभापासूनच दलितांच्या प्रश्नांकडे लक्ष वेधून घेणारं लेखन केलं आहे, आणि हे त्यांच्या सजगतेचं द्योतक आहे असं मी मानतो.

खेडे भागात दलितांची परिस्थिती बिकट आहे. कमीअधिक प्रमाणात त्यांचं दमन अजून चालू आहे. उदा. दलितांना आपल्या वस्तीत जाण्यासाठी असलेली वाट कुंपण घालून अडवणारा चंपकसेठ, पाण्यासाठी मळ्यात आली म्हणून रखमाशी लगट करणारा दलपत, अॅड. भीमराव सपकाळची परिणामशून्य तक्रार; आणि अधिकाऱ्यांना हाताशी धरून आपले अतिक्रमण कायम राखणारा चंपकसेठ (मृगजळ); गावात पाणी न मिळाल्यामुळे अधूदृष्टीच्या वृद्ध बायजाचा विहिरीत पडून झालेला करुण अंत (कंडम); सरपंचाच्या द्वेषाचा बळी ठरलेला, महार रेजिमेंटचा वीरचक्रधारक रिटायर्ड लान्सनाईक महादू (लढवय्या); बहिष्कृत दलित तांड्यावर दिवस भरलेली वेदनाव्याकूळ रमा; गावात पाटलाने आधीच पाणी भरण्यास मना केलेली, बहिष्कृत म्हणून बैलगाडी मिळत नाही, तांड्यावर पाण्याचा थेंब नाहा, वेळेवर टँकर नाही; बेजार रमा शेवटी पाण्याअभावी ताप चढून मरते. नंतर बाळही जाते. पाण्यासाठी जीव तोडणाऱ्या प्रज्ञाचे (रमाची नणंद) सगळे श्रम वाया जातात. अशा दयनीय अवस्थेत टँकरचा ड्रायव्हर - इब्राहीम तिच्याशी हिडीस चाळे करीत असतो. केवळ पाण्यासाठी भाभीचा जीव वाचेल म्हणून प्रज्ञा सगळं सहन करते, परंतु कशाचा उपयोग होत नाही (उदक). या कथेतील इब्राहीमचं पात्र दलितांच्या संदर्भात प्रातिनिधिक स्वरूपाचं आहे. या पात्राच्या योजनेमागे देशमुखांचं सूक्ष्म निरीक्षण व दलितांविषयीची आत्मीयता सूचित होते. 'कंडम' या कथेत सईदाचा नवरा म्हणतो, "क्या बोली? येडी हो गयी क्या तू सईदा? वो म्हार - मांगो की बावडो है. वहा कैसे पाणी भरेंगे?" देशमुखांनी सामाजिकदृष्ट्या वरील महत्त्वाच्या संवादातून अंतर्मुख करणारे बरेच काही सुचवले आहे. एकतर इस्लाममध्ये अस्पृश्यता नाही. वरील संवादात आढळणारा परिणाम हिंदू संसर्गाचा आहे. दुसरी गोष्ट, धर्मांतर करून मुसलमान झालेले पूर्वाश्रमीचे अस्पृश्य सार्वजनिक विहिरीवर पाणी भरून शकतात. परंतु स्वतःला हिंदू म्हणवून घेणारा अस्पृश्य विहिरीवर पाणी भरू शकत नाही. हिंदूच्या ह्या आत्मविघातक प्रवृत्तीवर देशमुखांनी नेमके बोट ठेवले आहे. इथं मुलाण्याचा किंवा इब्राहीमचा काहीच दोष नाही. वर्णव्यवस्थेने केलेल्या माणसाच्या पशुतुल्य अवस्थेचा हा अनुषंगिक परिणाम आहे. देशमुखांची ही मूलग्राही दृष्टी खऱ्या अर्थानं रामानुज, बसवेश्वर, कबीर, फुले, बाबासाहेब, आंबेडकरांच्या जवळ जाणारी आहे. 'अमीना' ही कथा कुटुंबनियोजनाशी

संबंधित आहे. धर्म आणि कुटुंबनियोजनाचा तसा काहीच संबंध नाही. परंतु काही लोक खऱ्या हितावह प्रबोधनाच्या अभावी धर्माच्या नावाने मानवी कल्याणाच्या योजनांना विरोध करून राष्ट्रनिर्माणाच्या कार्यात गतिरोध आणतात. या कथेत मुलं आणि दारिद्र्याला जन्म देणारी गलितगात्र विवश नायिका अमीनाच्या माध्यमातून हा संदेश देण्याचा प्रयत्न लेखकाने केला आहे.

मंत्र्याच्या आदेशानुसार दुष्काळाची पाहणी करण्यासाठी निघालेल्या ज्येष्ठ पत्रकारांच्या पथकांचे असली रूप प्रकट करणारी 'दोरा' ही कथा. पेपरची रायवल्सी विसरून दारू, सिगारेट आणि अश्लील जोक्समध्ये हरवलेल्या पत्रकारांना ना दुष्काळाशी देणे घेणे ना लोकशाहीशी. ईप्सिताविषयी काडीची आस्था नसणारे हे पत्रकार तुमडी भरून घेतात आणि मालक सांगेल तेवढंच आणि तसंच बोलतात आणि कळकळीच्या ध्येयनिष्ठ पत्रकाराला मूर्खात काढून दफा होतात. लोकशाहीच्या आतून किडलेल्या खांबाचे देशमुखांनी घडवलेले दर्शन चकित करणारे आहे.

'दास्ता ए - अलनुर कंपनी' ही कत्तलखान्यावरची कथा. कंपनीच्या चाऊसच्या सांगण्यावरून स्वार्थांध पत्रकार दिनेश सावंत दुष्काळात गुरांची छावणी चालवणाऱ्या भिडे गुरुजीविरूद्ध बदनामी करणाऱ्या खोट्या बातम्या देतो. या बातम्यांचे पर्यवसान छावण्या बंद पडण्यामध्ये होते. विरोधाचे कारण काय, तर भिडे गुरुजी हे संघ प्रचारक आहेत. गुरांची निगा राखणं, त्यांना पुष्ट करणं हे उद्दिष्ट पूर्ण होत असेल, तर काम करणारा कोण आहे ही बाब महत्त्वाची नाहीच! केवळ स्वत:च्या वैयक्तिक स्वार्थासाठी पत्रकार दिनेश सावंत गुरांच्या छावण्या बंद करतो व दास्ता ए - अलनूर कंपनीच्या चाऊसच्या बेभाव, व भरपूर ढोर मिळण्याचा मार्ग मोकळा होतो. कंपनी तीन शिफ्टमध्ये चालू लागते. मुंबईतून अलनूर साहेबांकडून चाऊसला अभिनंदनाचा फोन येतो. अल्तमश आणि हयातखानला दहा हजार रुपयांचा एक्स ग्रेशिया मंजूर होतो.

गुणग्राहकता, विवेक आणि आत्मपरीक्षणाचा अभाव असेल तर किती हानी होऊ शकते हेच दिनेश सावंतच्या द्वेषमूलक पत्रकारितेतून सिद्ध झाले आहे.

'अगिनपथ' या संग्रहात विषयाच्या दृष्टीने बरेच वैविध्य आहे. 'लाईफ टाईम'चा फॉच्यूर्न, अग्निपथ, हिरा जो भंगला नाही इ. कथा विविध क्षेत्रातील भ्रष्टाचारावर बेतलेल्या आहेत.

'लाईफ' टाईमचा 'फॉर्च्युन' ही कथा विद्यार्थी आणि सूर्यवंशी सरांच्या संवादातून आकाराला येते. एम. पी. एस. सी. अंतर्गत भ्रष्टाचार हे या कथेचे मूळ आहे. सारी यंत्रणा वेठीस धरून एक डी. आय. जी. आपल्या तीन मुलांना एकाच बॅचला डी. वाय. एस. पी. करतो, आणि अभ्यासाच्या बळावर प्रामाणिकपणे उत्तीर्ण होऊ पाहणारे सगळे विद्यार्थी संतप्त होतात. त्याची कोंडी, त्यांची घुसमट

त्यांच्या भिन्न भिन्न प्रतिक्रियांसह लेखकाने शब्दबद्ध केली आहे. शेवटी विद्यार्थ्यांचं मथित सार, ''इथूनतिथून साऱ्या राजकीय व सामाजिक जीवनाला भ्रष्टाचाराच्या ऑक्टोपसने विळखा घातलाय, नथिंग विल हॅपन धिस कंट्री - हॅज रिअली नो फ्यूचर ॲटलिस्ट फॉर गुड अँड ऑनिस्ट पीपल'' असे व्यक्त झाले आहे.

जिथं राष्ट्र निर्माण करणारे युवक निवडले जातात त्या एम. पी. एस. सी. मध्ये असा गोंधळ असेल, तर म. न. पा. कडून काय अपेक्षा करावी?

'अग्निपथ'मध्ये महानगरपालिकेतील संघर्ष ध्येयनिष्ठ कमिशनर विरुद्ध लोकप्रतिनिधी व संशयकल्लोळ निर्माण करणारे पत्रकार असा आहे. कमिशनरांचा मित्र जय, पत्रकार प्रणव जेटली इ. ध्येयवादी व निर्भय जीवन जगणाऱ्यांमुळे कथेची वीण घट्ट पकड घेणारी झाली आहे. एका सच्च्या अधिकाऱ्याला महानगरपालिकेमध्ये प्रमाणिकपणे काम करणं किती अवघड झालं होतं त्याची तीव्रता कमीशनरच्या खालील स्वगतातून लक्षात येईल.

'इथल्या लोकप्रतिनिधींना विकासाचं काही देणं घेणं नाही, तर मी का एवढा जीव पाखडत आहे? माझं विवेकी व आदर्शवादी मन उत्तर द्यायचं, 'हे तुझं कर्तव्य आहे. शहर विकासासाठी तुला हे सारं केलं पाहिजे. इथल्या मूक, सोशिक जनतेसाठी. हे तर तुझे प्रोफेशनल इथिक्स आहे.' हा निर्धार या कथेतून संप्रेषित होतो. 'हिरा जो भंगला नाही' ही कथाही शिक्षण क्षेत्रातील भ्रष्टाचाराला वाचा फोडणारी आहे. संस्कारी अप्पा ग्रामीण स्त्रियांच्या विकासासाठी एक शिक्षण संस्था चालवतो. त्याच परिसरात अनैतिक मार्गाने सपकाळ शिक्षण सम्राट होतो आणि अप्पासारख्या आदर्शवादी, स्वच्छ चारित्र्याच्या व्यक्तीची पैशासाठी अडवणूक केली जाते. तंग येऊन शेवटी अप्पाला लाच द्यावी लागते. अप्पा हे विवश होऊन करतो. तो म्हणतो, ''हा पलायनवाद नाही की भीरुपणा नाही. पण आपली शक्ती पत्थरावर डोकं फोडून बर्बाद करायची नाही असं मी ठरवलं आहे.'

निसर्गाच्या लहरीवर चढउतार झेलणाऱ्या व पुराच्या वेढ्यात वारंवार ग्रस्त होणाऱ्या तामुलवाडीच्या रामभरोसे लोकांची करुण कहाणी 'भव शून्य नादे' वाचायला मिळते. या कथेत दैववादी, नियतीवादी मोरया गोसावी, जो अध्यात्माच्या बळावर लोकांची दुःखं निवारण्यासाठी स्वतःला समर्थ समजून जगत असतो. अभियंता अक्षय योगायोगाने तामुलवाडीच्या पुनर्वसनाच्या संदर्भात भयावह पावसात तेथे आलेला आहे. अक्षय तर्कशुद्ध विचार करणारा, संघर्षशील व सगळ्या मानवी समस्यांची उत्तरं भौतिक जगात शोधारा आहे. तो म्हणतो, ''.......जन्माला आला त्याला किमान भौतिक सुखसुविधा मिळाली पाहिजे. ती त्याला मिळत नाही, कारण आम्ही प्रशासक व आमच्यावर अधिकार गाजवणारे राज्यकर्ते नालायक

आहेत. इथं नियतीचा काय संबंध?''

सगळी उत्तरं व कारणं नियतीत शोधणाऱ्या मोरयाला अक्षय म्हणतो, ''गावाचा प्रश्न पुनर्वसनानं सुटेल. ओढ्याचं पाणी वळवून सुटेल. ते विज्ञान करेल. राज्यकर्ते करतील. येथे तुमची श्रद्धा, तुमचं दर्शन कुठे तरी फोल आहे असं नाही वाटत तुम्हाला?'' हा प्रश्न मोरयाला विचारलेला असला, तरी तो सगळ्याच पारलौकिकवादी आध्यात्मिकांना विचारलेला आहे. अक्षयच्या निमित्ताने लेखक आपला विज्ञाननिष्ठ भौतिकवादी दृष्टिकोन पूर्ण ताकतीने प्रकट करतो आहे आणि ठसवणं आजही पूर्वीइतकंच महत्त्वाचं आहे. (भव शून्य नादे) 'काश्मीर की बेटी' आणि 'गद्दार' ह्या दोन्ही कथा सभोवतालच्या दैनंदिन जीवनाशी संबंधित नसल्या, तरी त्याचा आमच्या राष्ट्रीय भावनेशी सतर्कतेच्या दृष्टीनं जरूर संबंध आहे.

सारा, निगार आणि अब्बू यांच्या संवादातून खालील तथ्ये आपल्या हाती येतात.

B काश्मीर समस्या भारत-पाकिस्तान अशी द्विपक्षीय नसून तिसरा पक्ष काश्मीरी अवाम आहे.

B काश्मीर हा भारताचा अविभाज्य भाग आहे असे भारतीय नेते मानतात.

B पाकधार्जिणे हुरियत नेते व पाकिस्तानच्या प्रॉक्सीवॉरमुळे मूळचा हरिसिंग-प्रणित दुबळा प्रस्ताव नगण्य झाला आहे.

B फा. अब्दुलाच्या जमान्यापासून काश्मीरी अवाम आझाद काश्मीरचे स्वप्न पाहात आली आहे.

B भारतात खाजगीमध्ये एल. ओ. सी. आंतरराष्ट्रीय सीमा करावी व काश्मीरला जास्तीत जास्त स्वायत्तता द्यावी.

B काश्मीरीयत म्हणजे पंडितांसोबतची मिलीजुली अदबी रिवाजांची सुफियाना जीवनशैली.

B आणि समजा, आंतरराष्ट्रीय दबावामुळे असं स्वतंत्र काश्मीर अस्तित्वात आलं तर पाक व त्याचा गाढा दोस्त चीन तत्क्षणी झडप घालून काश्मीरचा घास घेईल. ही काल्पनिक भीती नाही तर ही वस्तुस्थिती आहे.

लेखकाचं मनोगत व्यक्त करणारे कथेतील शेवटचे तीन मुद्दे वस्तुनिष्ठ किती आणि भावनिक विरेचन करणारे किती? हे तर काळच सांगेल. परंतु लेखकाचे प्रतिपाद्य हे भारतीय मानस व्यक्त करणारे आहे हे निश्चित!

मागे सांगितल्याप्रमाणे 'गद्दार'चे घटित या मातीचे नाही. परंतु हुकूमशाहीचे आपण विरोधक आहोत. कोणत्याही प्रकारचा दहशतवाद हे हुकूमशाहीचेच अंग असते. आणि दहशतवादाचे धक्के हा देश सहन करीत आला आहे. हुकूमशाही-

विरुद्धचा आपला प्रखर रोष लेखकाने या कथेत प्रकट केला आहे. या कथेचे नाते 'इन्किलाब विरुद्ध जिहाद' या कादंबरीच्या आशयद्रव्याशी जुळणारे आहे. विषयानुरूप कथेत आलेला तपशील पाहता त्यातून लेखकाचा खोलवर झालेला अभ्यास प्रकट होतो. लतीफ आणि बिल्किसबी ही दोन्ही पात्रं हुकूमशहाविरुद्ध कृती आणि उक्तीतून आग ओकणारी आहेत. बिल्किसबीचे बंदुकीने हुकूमशाहाची तस्बीर फोडणे, भर चौकात त्या तस्बीरीवर 'तू गद्दार है' म्हणत नाचणे हा या कथेचा परमोच्च बिंदू आहे. याची दुसरी बाजूही तेवढीच महत्त्वाची आहे. लेखक लतीफच्या तोंडून उद्‌गारतो, 'गुलामीत धन्यता मानणाऱ्या हिजड्यांची एकनिष्ठ फौज' निर्माण करण्यात त्यानं यश मिळवलेलं आहे.

जनता चेतना हरवून बसते तेव्हा हेच घडत असतं. आमच्या इतिहासाची कित्येक शतकं अशाच एकनिष्ठ गुलामगिरीनं ओतप्रोत भरलेली आहेत.

'भवशून्य नादे' मध्ये जी इहवादी परखड चर्चा लेखकाने घडवली आहे ती 'सारांश'मध्ये अधिक स्पष्ट व्यापक व गहिरी होताना दिसते. खरं तर हा चिंतनगर्भ विषय कथेच्या अवकाशात मावणारा नाही. परंतु देशमुखांनी अंकुरण व त्या विषयाचा प्रारंभ केला आहे. देवधर्म, सैतान आणि सतत आंदोलत राहणारा दु:खी माणूस, असा त्रिकोण या कथेचा गाभा आहे.

मेरी ही पोथीनिष्ठ धर्मपरायण प्रवृत्तीचं प्रतीक आहे. आपल्यासारखंच पवित्र जीवन आपल्या मुलानं जगावं असं तिला मनोमन वाटतं. तिचा मुलगा तिच्या नवऱ्याप्रमाणं भौतिक जगात आपलं अंतिम शोधणारा व जीवनातले सगळे सुंदर, असुंदर व क्रूर विकार जगू पाहणारा आहे. व्हॅटिकन सिटीतील चर्चमधील कोंडलेले कृत्रिम पावित्र्य त्यानं केव्हाच झुगारलेलं आहे. बापाने सांगितलेल्या, "बेटा, जग किती अनोखं सुंदर व समृद्ध आहे. हे सर्वांगानं अनुभवणं हीच खरी जिंदगी आहे." या वाक्यातच त्याला जीवनाचं सारतत्त्व सापडलं आहे. तो स्वत: लेखक आहे. परंतु त्याच्यावर व त्याच्या लेखनावर धर्म-मार्तंडांकडून बहिष्कार टाकला जातो. इस्लामच्या खिलाफ 'सॅटनिक व्हर्सेस' लिहिणाऱ्या सलमान रश्दीचं लेखन-स्वातंत्र्य इंग्लंड मान्य करतं. परंतु, ख्रिश्चन धर्माविरुद्धचं लेखनस्वातंत्र्य इंग्लंड मान्य करीत नाही. ही विसंगती देशमुखांनी खुबीनं नोंदवली आहे. लेखक स्वत:ला प्रेषितापेक्षा श्रेष्ठ मानतो. कारण तो शब्दसृष्टीचा निर्माता आहे. अशा शब्दसृष्टीचा अभिमान ज्ञानेश्वरांनी अठराव्या अध्यायात मोठ्या गौरवाने (जी मजलागा स्वामी, दुजी सृष्टी केली तुम्ही, ती पाहोन हासो आम्ही, विश्वामित्राते.) नोंदवला आहे. भौतिक दृष्टिकोनातून धर्मचिकित्सा करणाऱ्या डी. एच. लॉरेन्सच्या 'लेडी चॅटरलीज लव्हर' या पुस्तकावरही बरीच वर्षे इंग्लंडमध्ये बॅन होता. असो, देशमुखांच्या एकूण लेखनातील

चिंतनशीलतेचे हे परिमाण वाङ्मयातील त्यांच्या विदग्ध वृत्तीचे परिचायक आहे हे निश्चित!

'नंबर वन' हा क्रीडाविश्वाचे अंतर्बाह्य दर्शन घडवणारा संग्रह, सामान्य वाचकांसाठी अनुभवांचे अनवट दालन प्रस्तुत करताना दिसतो. देशमुखांच्या लेखनात गोचर होणारे व या संग्रहात प्रकर्षाने जाणवणारे त्यांचे वैशिष्ट्य हे, की ते सातत्याने दुर्बल - दलित - पीडित व उपेक्षितांच्या बाजूने उभे राहताना दिसतात.

बॉर्न फायटर आणि फायटिंग स्पिरिट व पॉझिटिव्ह लाईफ ॲटिट्यूड असलेल्या शांतारामचा पाय कापावा लागल्यानंतरही तेवढाच दिलदार, उत्साही व कार्यतत्पर म्हणून शेष जीवनात राहू शकतो याचं देशमुखांनी अतिशय प्रेरणादायी वर्णन केलं आहे. कथेत अंध, मूकबधिर, मतिमंद इ. अपंग मुलांच्या आयोजित केलेल्या चाचण्यांच्या निमित्ताने त्यांच्या मुक्त आनंदी लीलांची केलेली वर्णनं लेखकाच्या हळव्या, प्रेमळ व निर्मळ मनाचा प्रत्यय देणारी आहेत. (रियल हिरो)

अपंग हिरोच्या कथेनंतर दुसरी कथा (फिरूनी नवी जन्मेन मी) पाथरवट जमातीच्या मीनाची आहे. देशमुखांनी हे प्रमुख पात्र एखाद्या राऊंड स्कल्पचर-सारखं सर्व बाजूंनी मन:पूर्वक घडवलं आहे. कथेचं स्वरूप काहीसं अवघड, गुंतागुंतीचं असून संरचनेच्या दृष्टीनं लेखकाला कसाला लावणारं आहे. मीनाला वयात येऊनही पाळी येत नाही. ती स्वभावानं आक्रमक; ओठावर अधिक लव असलेली, उंच व टोनड बॉडीमुळं व्यक्तिमत्त्वात पुरुषी झाक असलेली. तनू-सोबत लेस्बियन कपल म्हणून राहिलेली, आणि किशोरशी शरीरसंग केलेली असं तिचं व्यामिश्र व्यक्तिमत्त्व आहे. पुढे जेंडर टेस्टमध्ये तिला मुलींच्या स्पर्धेत नाकारण्यात येतं. आणि तिच्या दयनीय अवस्थेची कहाणी सुरू होते व ती निराश होऊन जीवन संपवू पाहते. तिला त्या व्यूहातून बाहेर काढण्याचा ॲड. मंजुळा भाभी प्रयत्न करतात. अंतत: मीनाला स्वत: स्त्री असल्याचा आत्मविश्वास प्राप्त होतो.

'शार्पशूटर' ही अदभुतरम्य व कल्पित वाटावी अशी कथा. हिंदू आणि मुसलमान अशी दोन पात्रं धर्मातीत होऊन मनोमीलनाचा सद्‌गदित करणारा एक उदात्त अनुभव घेऊ शकतात, याचं एक छान चित्र इथं साकार झालं आहे.

'बंद लिफ्ट' मध्ये लेखक पुन्हा विनोद कांबळीच्या पाठीमागे उभा आहे. कथेत त्याचं नाव हॅम असलं आणि तेंडुलकरचं सॅम, तरी या उभय मित्रांचं वर्णन त्यांना अवगुंठित करू शकत नाही. दलित असल्यामुळं आपली उपेक्षा झाली असं हॅमला सतत वाटत आलं आहे. प्रत्येक घटनेचा शोध तो दलित अंगाने घेतो.

कथेतील संवादात प्रसंगानुरूप लेखकानं मुद्दाम पेरलेली पुढील काही वाक्यं आज पुन्हा विचार करायला लावणारी आहेत.

- 'भारतात दलितांना पराक्रमापेक्षा नियतीवरच जास्त भरवसा ठेवावा लागतो.'
- नाही दोस्त, इंडियात जात हे असं सत्य आहे की, सवर्ण ते नाही असं समजून दडपायचा प्रयत्न करतात. पददलितांना पदोपदी त्याचा सामना करावा लागतो.''
- 'एक तर मी तसा काळा आहे, पुन्हा दलित. धिस इज जस्ट डिस्गास्टिंग, कॉम्बिनेशन, वुइच कॅन रुईन एनीबडी'

या कथेत लेखकानं कर्ण आणि कृष्ण या पुराण प्रतिमांचा प्रतीकात्मक वापर चांगला साधला आहे.

या कथेत दलितांच्या संदर्भात केली गेलेली सगळी विधानं सत्य असून ती जीवनानुभवातून आली आहेत. शेवटच्या विधानातील अनुभव दाहक असून वर्णव्यवस्थेच्या अमानुषतेची साक्ष देणार आहे.

'नंबर वन' ही देशमुखांच्या उत्कृष्ट कथांपैकी एक आहे. गुंतागुंतीच्या घटना, पात्रांचे परस्परसंबंध, क्रीडा क्षेत्रातील बारीकसारीक तपशील, महत्त्वाचे संदर्भ, पात्रांच्या वैशिष्ट्यांमुळे आलेली सजीवता इ.मुळे आपण विम्बलडनच्या भूमीवर वावरत असल्याचा अनुभव येतो. पात्रांचे स्वाभाविक संवाद व निवेदनाची भाषा इंग्रजीच्या अपरिहार्य वापरांमुळे कथेला भरीव रूप प्राप्त झाले आहे. द्वेष-जन्य कृष्णकृत्याशिवाय मिळालेले यशच सच्च्या खेळाडूला खरे समाधान देऊ शकते, हा संदेश ही कथा लाऊड आवाजात देते.

लक्ष्मीकांत देशमुखांच्या एकूण लेखनाचा स्थूलमानाने विचार केला, तर त्यांचे लेखन आजच्या वर्तमानाशी संबंधित आहे असे दिसते. भ्रष्टाचार, जातीयता व मूलतत्त्ववाद यावर ते सातत्याने प्रहार करीत आलेले, खऱ्या अर्थानं जागरूक समकालीन लेखक आहेत अशी माझी धारणा आहे. त्यांचे लेखन आशयकेंद्री असून अभिव्यक्ती सहज, सरळ पारदर्शी आहे. लेखन मुद्दाम रंजक - आकर्षक करणे हे त्यांच्या प्रकृतीत नाही. रूपवादापासून ते कोसों दूर आहेत. निर्भय परखडता हेच त्यांच्या लेखनाचे रूप आहे.

देशमुख हे विज्ञाननिष्ठ इहवादी लेखक आहेत. त्यांचा सगळा भर अनुभवावर आहे. कल्पकतेचा वापर, अत्यल्प संरचनेचे अंग म्हणून झाला असेल. त्यांच्या लेखनात प्रामुख्याने प्रमाण भाषेचा वापर झाला आहे. आवश्यक तेथे ग्रामीण बोली, उर्दू, इंग्रजी इ. भाषा त्यांच्या लेखनात अवतरतात. प्रतिपाद्य विषयाला पुष्टी देण्यासाठी सिनेमाची गाणी, कविता व संतवाचनांचा क्वचित वापर करतात.

❑

समृद्ध आशयसूत्रात बांधलेल्या कथा : एक अभिनव प्रयोग

डॉ. आनंद पाटील

To pity as empathy and radical hope, mario vargas Llosa adds The storyteller (1990) as trustee of the memory of a culture.

Vargas Llosa chronicles the story of the machiguena, a tribe deep in the preiuvian forest who are held together by a story teller. The author discovers he is actually an anthropologist named Saul Zuritas. Zuritas was a jew, an outsider in his own society. Who became the core of a tribe, its trustee, as storyteller The anthropololgist has turned native, and the question one asks is whether auch an inversion is esthetically and ethically convincing. To become the other, to turn native, is to lose oneself. The question is, can the anthropologist as storyteller turned native resolve Shiv visvanathan "Listening to the pterodacty."

वरील उद्धृतातील विधानाच्या आधारे प्रशासक हाच ''संस्कृतीच्या स्मृतीचा विश्वस्त'' कथाकार बनू शकतो का या प्रश्नाचे उत्तर स्पष्ट करणे शक्य आहे. शिवाय अलीकडे एका सामान्य गृहिणीच्या असामान्य कथासंग्रहांसाठी नोबेल पुरस्कार मिळाल्याने कथा या वाङ्मय प्रकाराला तुच्छ समजणाऱ्यांनाही परस्पर उत्तर मिळाले आहे. बिनभांडवली आस्वादक समीक्षेच्या अहाऽ हा ऽऽ वाहऽ वाऽऽ नव जातवादी सांस्कृतिक मॅच फिक्सिंगच्या अज्ञान उत्पादनाच्या ढिगाऱ्या-बाहेर पडायला वर्गास ल्लोसा उदाहरण मला उपयुक्त वाटले. शिवाय कोल्हापूर जिल्ह्याचेच प्रवास लेखन इंग्रजीत लिहायला लावणाऱ्या लक्ष्मीकांत देशमुखांची नवे प्रयोग करण्याची तळमळ मला जवळून पाहता आली. 'चित्रपट' या त्यांच्या चित्रपट कथेचा इंग्रजी अनुवाद करतानाही प्रशासकाच्या

खुर्चीबाहेरचा 'माणूस' मला हळूहळू लक्षात येऊ लागला. आत्मश्लाघेचा आरोप फार बळकट होऊ नये म्हणून अन्य संदर्भ गाळतो. तुलनाकार - सांस्कृतिक - उत्तर वासहतिक लेखक म्हणून त्यांच्या तीन कथासंग्रहांचे हे विवेचन करतो. एरवी एक लेखक व त्याचे एकच पुस्तक अशा एकारलेल्या उद्योगात पडायचेच नाही ही तुलनाकाराची भूमिका कायम आहे.

मात्र लेखकाने साने गुरुजींच्या वळणाची सुबोध भूमिका नम्रपणे घेतली आहे. नंबर वन (२००८) च्या चार पानी प्रस्तावनेच्या प्रारंभीच ते लिहितात.

> 'या पुस्तकातील सर्वच दहा कथा या खेळाडूंच्या क्रीडा जीवनाशी निगडित आहेत. अशा अर्थाने हा विशिष्ट अशा मानवी समूहाच्या जीवनावर 'थीम बेस्ड' कथासंग्रह आहे हे याचे एक प्रधान वैशिष्ट्य आहे. यापूर्वी माझे 'अंतरीच्या गूढ गर्मी' व 'पाणी! पाणी! हे दीन कथासंग्रह पण असेच थीम बेस्ड होते. ''पाणी! पाणी!'' शीर्षकच मुळी 'तहानलेल्या महाराष्ट्राच्या कथा' असे होते (लेखकाचे दोन शब्द).'

नव समीक्षकांना व प्रयोगक्षमतेचा डांगोरा पिटणाऱ्यांना हे प्रांजळ कथन भोवळ आणणारं आहे. ते म्हणतील. आशयसूत्र आधी गुंफलं आणि प्रशासनात सापडलेले कथेचे मणी माळेत गुंफले! दुसरीकडे गुणाढ्याच्या 'कथा सरितसागर' वर देशीवादी संधिसाधू लेख लिहिणारे लेखकराव देखील कथेबद्दल अज्ञानाचे उत्पादन किती मोठ्या प्रमाणावर करतात याचा शोध घेतला पाहिजे. प्रत्येक माणूसच अनेक कथांचा बनलेला असतो. स्वत:च्या प्रबंध प्रकाशनाचे अनुदान घेऊनही तो बढतीसाठी 'स्वतंत्र ग्रंथ' असल्याचा बनाव रचतो. ही रहस्य कथाच असते. देशमुखांना प्रशासनात अशा बनावाच्या असंख्य कथा / कहाण्या / किस्से बघायला - ऐकायला मिळाल्या. त्या एकाच सूत्रात बांधण्यात एक साचेबद्धतेचा मोठा धोका होता. मात्र वरील लेखकरावाप्रमाणे कथा प्रकाराला नगण्य ठरवण्याच्या तुच्छतावादाला ते बळी पडले नाहीत. उलट खेळ, स्त्री भ्रूणहत्या, पाणी वगैरे आशय सूत्रांचे विविध धागे निवडून कथांचाच गोफ कष्टाने विणण्यात ते रमले. त्याचे महत्त्व वेगवेगळ्या अंगांनी स्पष्ट केले पाहिजे. उदाहरणार्थ, प्रत्येक समाजसमूह सांस्कृतिक स्मृती व कथनांचा उपयोग करतो. त्याचे काव्यशास्त्रीय उपयोजन होत असते. कॅनडातील 'आदिवासी' मनोवैज्ञानिकाने आदिवासीच्या दृष्टिकोनातून कथांचे महत्त्व वेगळ्या प्रकारे स्पष्ट केले आहे. तो लिहितो,

> Stories are a type of medicine and like medicine, can be healing or poisonous depending on the dosage or type.

Indigenous people have heard poisonous stories in the colonial discourse. To heal, people must write or create a new story or script their lives.(82)

Terry tafoya 2005 as quoted by jo-ann Episkenew "Contemporary Indigenous Literatnres in canada : Healing from Historical Trauma" pp.82

शब्दांचा औषधी उपयोग वेदनाशमकासारखा होतो. कथेचे वासहतिकरण व जातीयीकरण आणि त्यातून मराठीत भिनलेले भयानक आधुनिक विष हा देखील स्वतंत्र संशोधनाचा 'अस्पर्श' विषय आहे. या तुलनेत देशमुखांच्या कथा नवजातवादी कथावर ॲन्टीडोट पुरवतात. नव्या विचार व कल्पनांना चालना देतात. उदाहरणार्थ, 'इमोशनल अत्याचार'मध्ये मुलग्याऐवजी मुलगी जन्माला घालण्यात कमीपणा नाही. गर्भलिंग निदान झाल्यानंतर तो मुलगा नाही हा धक्का संपूर्ण कुटुंबालाच बसतो. गर्भपात हाच सुटकेचा मार्ग परंपरेने बहुसंख्य कुटुंबात निवडला जातो. या घातक परंपरेला 'पोलिटिकल हेअर' (५६) मध्ये वेगळा पर्याय सुचवला आहे. गर्भलिंग निदान आणि स्त्री भ्रूणहत्येविरोधी त्यांनी राबवलेल्या मोहिमांचा मी एक साक्षीदार आहे. या विषयाच्या अनेक बाजूंवर प्रकाश टाकणारे किस्से, बातम्या, कहाण्या, दंतकथा, आख्याने आणि उखाणे अजूनही अंधारात आहेत. त्यांच्या या दहा कथा आणि प्रदीर्घ परिशिष्टांना ही आशयसूत्रे मावणारी नाहीत. मुस्लीम तरुण प्रा. शकील शेख यांनी अलीकडेच 'एका गर्भाशयाची गोष्ट' ही अत्यंत प्रभावी कादंबरी प्रसिद्ध केली आहे. ती 'उदक' च्या तुलनेसाठी निवडता येईल.

प्रकाशनाच्या कालानुक्रमे देशमुखांच्या 'थीम बेस्ड' कथा कशा विकसित झाल्या याची तुलनात्मक समीक्षा करण्यासाठी खालील तीन कथासंग्रह माझ्याकडे आले.

१) उदक : औरंगाबाद, साकेत प्रकाशन, १९९७.

२) 'नंबर वन' औरंगाबाद : संकेत प्रकाशन, २००८.

३) सावित्रीच्या लेकी : पुणे : मनोविकास प्रकाशन, २०१३

परंतु अशा प्रकारच्या थीमबेस्ड कथा इंग्रजीत एकाच संग्रहात सहज सापडल्या नाहीत. विज्ञान कथा, गूढ कथा असे काही प्रकार आढळले. सतत ओढून ताणून तुलना करण्याचा बाळबोध उद्योग टाळला. मात्र हे विवेचन अहा ऽ हा ऽऽ वाहऽ वाऽऽ आस्वादनाच्या साथीत सापडणार नाही याची दक्षता घेतली आहे. मी कुठल्याही एका लेखकाची एकाच पुस्तकाची भोंगळ आस्वादक समीक्षा करणार नाही या व्रताला तडा जाऊ नये म्हणून वेगवेगळ्या क्लृप्त्या लढवाव्या लागल्या.

कथाकाराची आशयकेंद्रितता अर्पण पत्रिका व स्वत:च्या प्रास्ताविकातूनही फार ठळकपणे व्यक्त होते. त्यामुळे कलात्मक अभिव्यक्तिच्या कलाकुसरीच्या तंत्रमंत्राकडे लक्ष द्यायला त्याला सवड मिळत नाही. याचे कारण कथाकाराकडील प्रत्यक्ष अनुभवांचा प्रचंड साठा हे आहे. स्वत:चे श्वशुर व सासूबाईंना अर्पण केलेल्या 'उदक'च्या अर्पण पत्रिकेच्या सुरवातीच्या ओळीच शीर्षक बळकट करतात.

भावगंधी देणे जीवन जमले
उदकी लोपले सुख मोती

याच्यामागे शैलेंद्रची 'अल्ला मेघ दे' ही कविता छापली आहे.

'नंबर वन' तर अंजली देशमुख, शीतल महाजन, भीमराव माने व पोपटराव, सूर्यकांत कुलकर्णी व श्रीनिवास कुलकर्णी आणि किरण बेदी या देशमुखांच्या 'रिअल हिरोज - हिरॉईन' ना अर्पण केला आहे. यातच लेखकाला कलावंत व खेळाडू यांच्याविषयी खूप आकर्षण असल्याचे सांगून लेखक पुढे कथाबीजांची उगमस्थाने स्पष्ट करताना म्हणतो,

''नोकरीचा भाग म्हणून भारतीय प्रशासन सेवेत आय. ए. एस. मध्ये काम करताना संचालक क्रीडा व युवक सेवा, महाराष्ट्र सेवा म्हणून तिसऱ्या राष्ट्रकुल युवा क्रीडा स्पर्धेची जबाबदारी मला मिळाली. ती मी आनंदाने व एक आव्हान म्हणून स्वीकारली....

> ''या सर्व देशी खेळाडूंच्या कथा आहेत. ते आपले 'रिअल हीरो' आहेत. त्यांना 'आयकॉन' चा दर्जा जेव्हा प्राप्त होईल. तेव्हा भारताने क्रीडासंस्कृती आत्मसात केली असे म्हणता येईल. जेव्हा अशी क्रीडा-संस्कृती तळागाळापर्यंत रुजली जाईल तेव्हा भारत क्रीडा महासत्ता जरूर होईल. तो दिवस जवळ यावा यासाठी सर्व स्तरावर प्रयत्न होण्याची गरज आहे. तसंच या लेखनातून क्रीडा साक्षात्कार वाचकांना घडवून देऊन क्रीडासंस्कृतीच्या प्रचाराच्या यज्ञकुंडात माझीपण एक समिधा टाकली आहे.''

(अधोरेखित माझे, 'लेखकाचे दोन शब्द')

या कथा संग्रहाचे उपशीर्षक आहे. 'खेळाडूंमधील माणसांच्या कथा.'

''सावित्रीच्या गर्भात मारलेल्या लेकी'' हे लघुकथांना व्यापून उरणारे प्रदीर्घ शीर्षकही त्यांनी स्वत:च वर म्हटल्याप्रमाणे 'सेव्ह द बेबी' च्या 'प्रचाराच्या यज्ञ-कुंडात माझी पण एक समिधा' टाकण्याच्या व्रताचाच विस्तार आहे. विशेष म्हणजे या क्षेत्रात कार्य करणाऱ्या डझनभर स्त्री-पुरुषांच्या परिचयासह पानभर मजकूर

अर्पण पत्रिकेत छापला आहे. तो कथासूत्राचा मुख्य दोर बळकट करणारा आहे.

या संग्रहाला ''स्त्री भ्रूणहत्या प्रश्नाचा परिणामकारक दस्तऐवज'' ही समाजाशी बांधिलकी जपणाऱ्या जाणकार समीक्षक पुष्पा भावे यांची प्रस्तावना जोडली आहे. त्या शेवटी महत्त्वाचा अभिप्राय नोंदवितात.

> *कथासंग्रह प्रत्यक्ष अनुभवावर रोवलेला असला तरी कथात 'सेव्ह द बेबी गर्ल' या उपक्रमाचा वा जिल्हाधिकाऱ्यांचा उल्लेख असावा का? असा प्रश्न उपस्थित होतो. 'सेव्ह द बेबी गर्ल' या उपक्रमासाठी आणि त्या उपक्रमाचाच ललित दस्तऐवज असणाऱ्या कथांसाठी मराठी वाचक देशमुखांचे आभार मानतील. महत्त्वाच्या विषयावरच्या या पुस्तकाचे परिशिष्टही प्रस्तुत आणि वाचनीय आहे.*

त्यांच्या 'दस्तऐवज' या विशेष नामकरणामुळे अनिल अवचटांच्या सामाजिक कार्यातून जन्मलेल्या 'माणसं' प्रमाणेच 'विकास प्रशासना'च्या ध्यासातून जन्मलेल्या 'रिपोर्ताज'च्या वळणाच्या ह्या कथा आहेत असेही म्हणता येईल. उदा. 'नारूवाडी' हा प्रांताधिकाऱ्याचा संवेदनशील प्रशासकीय अहवालच आहे. पंधरा वर्षापूर्वी इराची वाडी या मराठवाड्यातील दुष्काळी गावात पाणी नळ योजना व रस्ता करून दिला होता. ते आय. ए. एस. होऊन कलेक्टर आल्यानंतर गाव जेथे होते तेथेच दिसते. जुन्या विहिरीचे प्रदूषित पाणी व्यायल्याने प्रत्येकाला घरोघर नारू झालेला असतो. राजकारणात नळ योजना शेजारचे केरगाव बंद पाडते. हे प्रखर वास्तव 'विकास' या संकल्पनेचीच खिल्ली उडवते.

शीर्षकामुळे 'पाणी चोर' घटनाप्रधान चातुर्य कथा वाटते, परंतु एका तालुक्यातील पाणी दुसऱ्या तालुक्यातील जमीनदार व राजकारणी चोरांनी अडवल्यामुळे दुष्काळात शेतीच बुडालेला महादू साखर कारखान्यात ऊस तोडायला मजूर म्हणून सहकुटुंब येतो. त्याने चहा नाकारणे एवढीच साधी घटना 'सटायर' चे रूप घेते. 'लढवय्या' मधील महादू कांबळेला सैनिक म्हणून सरपंच दाजीबा पाटलांची लॅन्ड सीलिंगमधील जादा पाच एकर जमीन दिली जाते. तो ती कष्टाने करतो. परंतु दोनच वर्षात ती पाझर तलावासाठी ताब्यात घेण्याचे डावपेच खेळले जातात. त्याच्यावर गाव बहिष्कार टाकते. 'सामना' च्या वळणाची ही कथा प्रचारकी वळणावर जाण्याचा धोका लेखकाने कौशल्याने टाळला आहे. मी सध्या भारतीय साहित्यिकांचे व साहित्याचे जातीयीकरण आणि सौंदर्यशास्त्र या विषयावर अमेरिकेतील विद्यापीठ प्रकाशनासाठी ग्रंथ लिहीत आहे. या संदर्भात देशमुखांची स्वानुभव चित्रित करण्यातील तटस्थता पु. भा. भावेंच्या तुलनेत अत्यंत निकोप वाटते. मात्र ते जेव्हा जात -

धर्माच्या संदर्भात पात्रांचे चित्रण करतात तेव्हा त्यांची ओढाताण लपत नाही. भारतीय लेखकाची खरी कसोटी इथेच लागते. तुलनात्मक संस्कृती अभ्यासाचा मराठीला गंधच नसल्याने हे विवेचन लेखकावर अन्याय करणारे ठरेल. ते तेव्हा सैद्धांतिक आधारावर केले जातील तेव्हा नवे आय. ए. एस. कलेक्टर "पुन्हा ते बिहारी खत्री जातीचे", वीरचक्रवाला महादू कांबळे, आर. एस. एस. भिडे गुरुजी, कलेक्टर भावे वगैरेंच्या पात्र चित्रणांचे रंग अधिक स्पष्ट होतील.

जिल्ह्याच्या प्रमुख पदासाठीच्या 'हॉट सीट' वरील प्रशासक भिन्न जाती-धर्माशी संबंधित अनुभव पात्रे एखाद्या कथासूत्रात बांधतो तेव्हा त्याच्या 'इथिक्स' चीच परीक्षा होत असते. सामाजिक व धार्मिक चळवळीत बेडूकउड्या मारणारा लेखक एकांगी चित्रणाच्या चक्रव्यूहात सहज फसतो. देशमुख मात्र जोसेफ कॉनरॅड म्हणतो त्याप्रमाणे 'दाखवणे', 'ऐकवणे' आणि 'भावनेला जाणवून देणे' हे तिहेरी हेतू कथेत साध्य करतात. खरे तर 'पाणी' हे आशयसूत्र 'अमिना' मध्ये फार दुबळे आहे. फक्त रोजगार हमीचे काम हा एकच दुबळा अदृश्य धागा उल्लेखात जाणवतो. उलट 'दास्ताँ ए - अलनूर कंपनी' ही कत्तलखान्यावरची कथा जनावरांच्या छावण्या आणि पाणी दुष्काळ या बळकट सूत्रामुळे फार उठावदार झाली आहे. मुसलमानविरोधी वाटणार नाही एवढे हे धगधगत्या वास्तवाचे चित्रण प्रत्ययकारी आहे. एरवी 'मुसलमानविरोधी प्रचार' हे शस्त्र आहेच.

गावठी तिढे आणि अडाण्यांचे कोडे शहाण्याला पिडे असेच असतात. त्यांची पुरेशी समज नसेल तर ग्रामीण, दलित, आदिवासी, बामणी वगैरे नवजातवादी कथा व त्यांचा वाचकवर्ग सहज अलग काढता येतात. शेती न करणारे व्यापारी व (ब्राह्मण) नोकरवर्ग कर नसल्यामुळे शेतीकडे वळलेले दिसतात. अलीकडे नट-नट्यांनी व राजकारण्यांनी खरेदी केलेल्या शेतीची अनेक प्रकरणे माजली आहेत. 'मृगजळ' या कथेत चंपकशेठजी स्थानिक लोकांची शेती खरेदी करून त्यांनाच मजूर बनवतो. भय्याला हाताशी धरून ओढ्यात विहीर काढतो. दुष्काळात ती विहीर शासनाला ताब्यात घ्यायला कोर्टातून स्टे आणतो. पण अखेर भय्याचे वडील गावकऱ्यांना चंपकशेठच्या बदफैली मुलाला वठणीवर आणायचा गुरुमंत्र देतात. संपूर्ण शेती उद्‌ध्वस्त होते आणि भय्या जि. प. निवडणुकीच्या तयारीला लागतो. भ्रष्टाचाराचे या कथेतील संदर्भही फार बोलके आहेत.

'भूकबळी' मधील 'मी' डेप्युटी कलेक्टर, 'हमी कसली हमी?' मधील 'मी' आणि 'दौरा'मधील वार्ताहर प्रदीप यांचे गुणधर्म बरेच जुळतात. देशमुख पात्रे व प्रसंगांना 'बोलू' देण्याऐवजी लेखकाच्या 'आवाजा'तील भाष्ये जास्त प्रमाणात करताना दिसतात.

थेट तहसीलदार म्हणून सेवेत रुजू झालेले शिंदे माझे आवडते तहसीलदार होते. कारण त्यांच्यात मी दहा वर्षापूर्वीच्या 'मला' पाहात होतो. माझ्यासारखाच त्यांचा संवेदनाक्षम स्वभाव, भ्रष्टाचाराचा तिटकारा व सामाजिक बांधिलकीचं असलेलं भान ..... माझंच ते प्रतिरूप होतं व ते जपणं मी माझं कर्तव्य समजत होतो.

(उदक : हमी ? कसली हमी? पृ. ९३)

हेच आदर्श तहसीलदाराचे संदर्भ त्यांच्या 'फ्रॉम गुड टू ग्रेटनेस' या प्रशासनावरच्या ग्रंथाचे प्रसिद्धीपूर्व अवलोकन करताना आढळले होते.

या कथांत आत्मनिष्ठ अभिव्यक्ती मोठ्या प्रमाणावर आहे. आधुनिकतावाद्यांना ती आक्षेपार्ह वाटण्याची शक्यता आहे. पुष्पा भावे यांनी अप्रत्यक्षपणे सूचित केलेल्या वाङ्मयबाह्य घटकांचे प्राबल्यही बरेच आहे. रूपबंधाचे स्तोम माजवणाऱ्यांना हा एक धक्काच आहे. कथेचे केंद्र, कलात्मकता, लय, आशय आणि घाटाची एकरूपता अशा गतशतकात वाल, दभि इ. समस्त कुलकर्ण्यांच्या सौंदर्यवादाला झुगारणाऱ्या या रचना आहेत. परंतु देशमुख त्याच संस्कृतीचे एक घटक असल्यामुळे 'खडकात पाणी' वर अंधश्रद्धा संवर्धनाचा आक्षेप येऊ शकेल. इथे 'पाणी' हे आशयसूत्र आधीच ठरल्यामुळे घाट जो सापडेल तो जुळवून वापरला जातो. लेखकाची दलितांबद्दलची सहानुभूती सर्वात जास्त कथात व्यक्त झाली आहे. तिचं अत्युच्च टोक 'उदक' मध्ये गाठलं आहे. गावातील दलित वस्तीवर बहिष्कार टाकणारे सवर्ण कायद्याचा बडगा दाखवूनही त्यांना मुळीच सहकार्य करीत नाहीत. वेळेवर पाण्याचा टँकर न आल्यामुळे बाळ व बाळंतीण दगावतात. अॅट्रासिटीत पाटलांना अडकवल्याची ही परिणती असते. आज याच कायद्याचा दुरुपयोग होत असल्याचे ताशेरे सर्वोच्च न्यायालयाने ओढले आहेत. महाराष्ट्र राज्याच्या विधानसभा निवडणुकीपूर्वी ब्राह्मणांनी आरक्षण व अॅट्रॉसिटीच्या मागण्यासाठी मोर्चा काढला होता एवढे हे वास्तव दाहक आहे. त्याच ग्रामजीवनातील पाण्याशी संबंधित निवडक बाबी 'उदक' मध्ये कथारूपात प्रभावीपणे मांडल्या आहेत. या तिन्ही कथासंग्रहातील रूपबंध, भाषाशैली वगैरे वैशिष्ट्यांवर शेवटी भाष्य करू.

'नंबर वन' मधील कथा शिकार कथा, भूत कथा या सारख्या विशिष्ट क्षेत्राशी संबंधित परिभाषेतील कथा आहेत. विशिष्ट संज्ञा व संकल्पनांचा अभ्यास असावा लागतो. 'फिरूनी नवी जन्मेन मी' भटक्या पाथरवट समाजातील मीना धावण्याच्या शर्यतीत आंतरराष्ट्रीय स्पर्धेत सुवर्णपदक जिंकण्याच्या जिद्दीने दोहाला जाते. सानियाच्या व्हीलनगिरीमुळे तिला लिंगनिदान चाचणीला सामोरे जावे लागते. ती स्पर्धेतून बाद

होते. तिची पदके काढून घेतली जातात. हे राजकारण उघड करायला तिचा कोच व त्याची वकील पत्नी कोर्टाची पायरी चढायचे ठरवतात. मीना स्त्री असून पुरुष ठरवली जाते. या आघातामुळे ती दोन वेळा आत्महत्त्येचा अपशस्वी प्रयत्न करते. या कथेत आरोग्य चाचण्यांचे आंतरराष्ट्रीय नियम, ॲण्ड्रोजन हार्मोन्स, 'स्टिराईड', 'एक्स वाय क्रोमोझोम' अशा लिंगनिदानाशी संबंधित संज्ञा देशमुखांनी अभ्यासपूर्वक वापरल्या आहेत. त्यामुळे त्यांच्या कथा ना. सी. फडकेंच्या बोगस प्रतिभ साधनेच्या कल्पित पातळीवर तरंगत राहात नाहीत. परंतु त्यातील कलाकुसरीच्या जंतर मंतरचे नमुने थीम बेस्डमुळे स्वाभाविकपणे आढळतात. 'शार्प शूटर' मधील पात्रे व प्रसंग अधिक मेलोड्रॅमॅटिक व फिल्मी वळणाची आहेत. देशमुखांच्यात एक आदर्शवादी युटोपिया-रामराज्याची स्वप्ने बाळगणारा सकारात्मक दृष्टिकोन बाळगणारा प्रशासक त्यांच्या कृती व उक्तीत वावरत असतो. याचा मी काही वेळा साक्षीदार होते. आंतरराष्ट्रीय शार्प शूटरमधील पदक मिळवणाऱ्या कोल्हापूरच्या नेमबाजाला पुण्यात स्वतःच्या घरी बोलावून त्या मुलीचा सत्कार करताना त्यांना मी पाहिले आहे. हे मला पाहिल्या कथेतील मंजुळा वकील (देशमुखांची पत्नी), शार्पशूटरमधील ए. सी. पी. थोरात, 'जादूचा टी शर्ट' मधील रोहित (स्वतः लेखक) अशी त्यांच्या घरातील व जवळपासची पात्रेच कथेत कलम केल्यासारखे चटकन जाणवले. 'शार्पशूटर' मधील नाट्यमय प्रेस कॉन्फरन्स आणि 'डी' गँगचा दहशतवादीचा सदस्य दाऊद कुरेशीचा कोल्हापूरचा शूटर सोनार समाजातील देवनाथ सोळंकी बनवून हिंदू मुस्लीम ऐक्याचे संदेश - या आशावादातूनच प्रकट झाले आहेत. त्यामुळेच भावविवशता त्यांच्या कथात फार मोठ्या प्रमाणात आढळते. उदा. या कथेचा 'क्लोज्ड' शेवट असा केला आहे.

बाबा आपलं भाषण संपवून परत आपल्या खुर्चीकड जायला वळले. पण कशाला तरी अडखळले. त्यांचा क्षणमात्र तोल गेला. मी विद्युत-वेगानं पुढं होत त्यांना सावरलं. ते आता माझ्या मिठीत होते आणि माझ्या स्पर्शानं त्यांचाही बांध फुटला होता. जे सर्वांच्या साक्षीनं पुटपुटत होते.

"पोरा - पोरा, माझी देवू माझा दाऊद"

(शार्पशूटर पृ. ४८)

सार्वजनिक कल्याणाची उदार भूमिका स्वीकारणारा प्रकाशक जनसामान्यातील सर्वात कमी बुध्यांक असणाऱ्या वाचकाला समजून सांगण्यासाठी सुलभीकरणाची ही भूमिका 'निवडलेला विषयच' लेखकाला घ्यायला लावतो असे दिसते. एरवी ऑलिम्पिकमध्ये सुवर्णपदक मिळावे म्हणून गुन्हे माफ करून दाऊदला देवनाथ सोळंकी - कुरेशी या जुळ्या अस्मितेबरोबर पी. एस. आय. पदी नेमल्याचे पत्र बाबा देताच कथा संपते. या

कथेतही नेमबाजीशी संबंधित 'पॅलेटस्' 'ट्रॅप ॲन्ड स्किट' अशा काही संज्ञा वापरून कथासूत्र अधिकृत करण्याचा प्रयत्न केला आहे. 'थीम बेस्ड' कथा कन्ट्राईव्हड वाटू नये याची काळजी लेखकाला पडलेली दिसते. ती या कथेच्या निवेदनातच अशी प्रकटते.

> *हे सारं अतर्क्य होतं. कुणालाही असंभव वाटवं असं दुहेरी जगणं माझ्या वाट्याला आलं होतं. हिंदी सिनेमातही असे भडक मेलोड्रॅमॅटिक प्रसंग आले तर ते फिके वाटतील, एवढं अजब जीवन मी जगत होतो. (४०)*

हे बोधवादी वळण व नाट्यमय कलाटणीचे प्रसंग दूरदर्शन मालिकेच्या प्रभावी ढाच्यात 'जादूचा टी - शर्ट' मध्ये आले आहेत. रोहितचा पुत्र मोहित, भारताचा नवा क्रिकेट टीमचा नायक पॅडीचं अनुकरण करतो. ते आफ्रिकेत त्याच्या पहिल्या ट्वेंन्टी कप साठीची मॅच बघायला जातात. तेव्हा विजयानंतर मोहित "पॅडी, टुडे यू हॅव वन वर्ल्डकप फॉर इंडिया. इन फ्युचर, वुई वुईल टू" हा फ्लाय कार्ड धरतो आणि पॅडी त्याला आपला 'जादूचा टी शर्ट' काढून भेट देतो. बक्षीस समारंभाच्या वेळी बोलताना कपिलदेव १९८३ साली वर्ल्ड कप जिंकल्यानंतर एका शहरातील मिरवणुकीत त्याचे अनुकरण करणाऱ्या शाळकरी मुलाला आपला ब्लेझर भेट दिला होता. तो मुलगा म्हणजे स्वत: पॅडीच होता ही 'गाठ सुरगाठ व उकल गाठ' फडकेप्रणीत तंत्रात अडकते. त्यामुळेच नेहमीप्रमाणे शेवटची बोधप्रद वाक्ये येतात.

> *"डॉ. कलामांसारखा रोल मॉडेल भेटो व त्यांनाही जादूचा ब्लेझर किंवा टी शर्ट प्राप्त होवो. बस और क्या कहूँ? बहोत धन्यवाद. शुभरात्री.*
> *(नंबर वन, ६०)*

हाच लोकप्रिय फॉर्म्युला एका घरातील दोन पिढ्यात पोहण्याच्या शर्यती जिंकणाऱ्यांच्या जीवनातील अपघात, सत्कार आणि ताणतणावाच्या चित्रणासाठी 'प्रयासे जिंकीली मना' मध्ये यशस्वीपणे वापरला आहे. मुलाने आईला लिहिलेले पत्र व तिची डायरी यांचा कलात्मक उपयोग केला आहे. मुलग्याने जिंकलेले सुवर्णपदक तो आईच्या गळ्यात घालतो हा प्रसंग मेलोड्रॅमॅटिक आहे.

कथांसाठी आशयसूत्र एक असले तरी भारतीय बहुसंस्कृतीवादात 'प्लीज ऑल' ची भूमिका कुशल प्रशासकाला चांगली लोकप्रियता मिळवून देते. स्पष्टच लिहायचे तर ते कोल्हापूरला कलेक्टर झाल्यानंतर 'कुलगुरू धनागरेंच्या' प्रमाणे या

ब्राह्मणाला त्रास होणार असे मला विचारणारे मला पुण्यात भेटले. ते त्यांचा कोल्हापूरात नागरिकांनी बदलीनंतर आयोजित केलेला सर्वात मोठा निरोप समारंभ बघायला हवे होते. त्यांचा 'सावित्रीच्या गर्भात मेलेल्या' हा संग्रह त्याची साक्ष आहे. आयुष्यात त्यांना कोल्हापूरचाच कालखंड सर्वार्थाने श्रेष्ठ वाटतो असे ते म्हणतात. हा वाङ्मयबाह्य उल्लेख तुलनेसाठी मुद्दाम आणला आहे. कारण या कथादेखील विशिष्ट संस्कृती व पर्यावरणाची 'उत्पादने' आहेत. एरवी जास्तीत जास्त जाती व धर्मातील पात्रे 'पाणी', 'क्रीडा' व 'स्त्रीभ्रूणहत्या' अशा आशयसूत्रांना उठाव देण्यासाठी त्यांनी निवडली नसती. एरवी विज्ञान कादंबऱ्यांचे नायक आर एस. एस.वाले ब्राह्मणच का? हा प्रश्न हॉलंडमधील चर्चासत्रात जर्मन संशोधक डॉ. डार्डरने उपस्थित केलाच नसता. सबब देशमुखांचं अनुभवविश्व अनेकतावादी आहे.

'बंद लिफ्ट' मध्ये झोपडपट्टीतला हॅम, व्हीनस व सेरेना या अमेरिकन 'ब्लॅक डायमंड' टेनिसपटूंशी वर्णभेदाचे बळी म्हणून नातं जोडतो. त्यांचा सामना तो क्रिकेटपटू व हवाई सुंदरी निलू बघत आहेत. धर्मांतरित दलित ख्रिश्चन आणि उच्चवर्णीय यांच्यातील क्रीडांगणावरील संघर्ष देशमुखांनी अत्यंत अलिप्तपणे चित्रित केला आहे. तो इतिहासकार रामचंद्र गुहा यांच्याइतका भारतात कुणीही स्पष्टपणे मांडलेला नाही. जात-पंथभेद भारतातील प्रत्येक क्षेत्र कसे नासवतात हे समजण्यासाठी ही कथा उल्लेखनीय आहे. साहित्यात वाङ्मयबाह्य जात व राजकारण आणू नये म्हणणाऱ्या वांझ कलावाद्यांचा मुखभंग करणारे आंतरराष्ट्रीय परिमाण तिला लाभले आहे. जॉर्ज ऑरवेल म्हणायचा की, 'साहित्यात राजकारण आणू नये म्हणणे हेच एक मोठे राजकारण आहे.' देशमुखांनी हे शिवधनुष्य शासकीय हुजरेगिरीत कसे काय पेलले याचेच अनेकांना आश्चर्य वाटते. पुराणे व बखरींचे आधुनिकीकरण करीत लोकप्रिय ब्लॅक (मनीड्) लिटरेचर निर्माण करणारे शासकीय अधिकारी पैशाला पासरी मिळतील. कारण त्यात व्यवस्थेला सुरुंग लावणारी स्फोटके मुळीच नसतात. २० पेक्षा कमी बुद्ध्यंक असणाऱ्या समाजात अशा सुलभ व गुळगुळीत साहित्यकृती लोकप्रिय होतात असा सिद्धान्तच आहे. या पार्श्वभूमीवर देशमुखांच्या कथांतील वेगळेपण लक्षणीय आहे.

देशमुखांनी कितीही निरनिराळे रंग फासले तरी ही कथा क्रिकेटर अनिल कुंबळेवर आहे, हे जाणकार वाचकाच्या लक्षात पुढील ओळीवरून येते :

> *'मी - मी भरकटत गेलो. यशाची धुंदी मला फार लवकर चढली - आणि चित्रविचित्र चाळे, भडक रंगीबेरंगी ड्रेसेस घालणं, कानात भिकबाळी घाल कधी, तर कधी चमन गोटा कर, रात्र रात्र डिस्कोमध्ये घालव...'* (बंद

लिफ्ट ८७)

या तुलनेत सचिन तेंडुलकर आठवतो आणि देशमुखांच्या तटस्थतेचा हेवा वाटू लागतो. एकदा ते म्हणाले होते 'लेखक म्हणून आपली जात एकच आहे.' याला म्हणतात खरा नवनीतिवाद. अनीतिवाद्यांनीच नवनीतिवाद मांडण्याची रहस्यकथा कशी असते याचा उल्लेख मागे केला आहे. हॅमसाठी लिफ्टच बंद केला गेला आहे. त्याला पुन्हा क्रिकेट खेळायची, संधी मिळणार नाही, हे कटू सत्य स्वीकारताना तो म्हणतो,

'यस, आय ॲम टोटली फिनिशड् निलू.. जिथं अमेरिकेतही रंगभेदामुळं कृष्णवर्णीयाचं निर्विवाद वर्चस्व असणारा बास्केट बॉल या खेळात राष्ट्रीय खेळाचा दर्जा दिला जात नाही. तिथं भारतात माझी काय पन्नास ? एक तर मी तसा काळा आहे. पुन्हा दलित... धिस इज ए डिस्गास्टिंग कॉम्बिनेशन, वुईच कॅन रुईन एनिबडी...'

साहित्याचे जातियीकरण आणि जातियीकरणाचे सौंदर्यशास्त्र या सिद्धान्ताला बळकटी देणारे हे उदाहरण मी इंग्रजी ग्रंथात वापरले आहे. तुलनात्मक संस्कृती अभ्यासाची साधने म्हणून या कथा महत्त्वाच्या आहेत.

अमेरिकेला न जाताच अमेरिकेवर कादंबरी लिहिणाऱ्या थॉमस मानचं उदाहरण गाजलं होतं. अफगाणिस्तानला भेट न देताच 'इन्किलाब' लिहिणाऱ्या देशमुखांना काही प्रमाणात उपेक्षा सहन करावी लागली. आस्वादक समीक्षेच्या अफूच्या सांस्कृतिक उद्योगात असेच होत राहणार. याची जाणीव असूनही भारतीय मुसलमान टेनिसपटू मुलगी व पाकिस्तानी क्रिकेट कॅप्टनच्या 'आंतरराष्ट्रीय' विवाहाची बातमी अजून ताजी आहे. 'अखेरचं षटक' खेळ मुख्य आशयसूत्रात गुंफून वाचनीय करणं हे एक आव्हान होतं. या पार्श्वभूमीवर भारतीय हिंदू मुलगी तिचा पूर्वीचा प्रियकर संतोष आणि आताचा क्रिकेटपटू पती पाकिस्तानी सलीम यांच्या त्रिकोणाचे व ड्रॉ मॅचचे चित्रण नाट्यमय पद्धतीने केले आहे. 'एक फूल दो माली' हा साचा कायम आहे.

एकाच आशयसूत्रावरील कथा एकसाची व कृत्रिम होण्याच्या धोक्याचा उल्लेख मागे केला आहे. 'ब्रदर फिक्सेशन' या कथेतील क्रिकेटपटू विकी आपल्या पत्नीच्या 'ब्रदर फिक्सेशन'चा त्रास सहन करीत असतो. त्याचा मेहुणाही क्रिकेटचा खेळाडू आहे. तो देखील आपल्या एकुलत्या बहिणीवर खूप प्रेम करतो. ती आपल्या भावावर जास्त प्रेम करते. विकी म्हणतो,

माझं मलाच नवल वाटत होतं. एखाद्या मानसशास्त्राच्या डॉक्टरप्रमाणे तिऱ्हाईत व्यक्तिच्या भावविश्वाची जर मी मानसशास्त्रीय भाषेत चिरफाड करतोय ('ब्रदर फिक्सेशन' १२४)

इथे पात्राच्या तोंडून स्वत: लेखकच चिंता व्यक्त करीत आहे. अर्थात गतशतकाच्या

उत्तरार्धात बोकाळलेला हा मनोविश्लेषणाचा अथवा संज्ञा प्रवाहाचा अतिरेकी वापर त्यांनी मुळीच केलेला नाही. चालू शतकात ते फ्राईडप्रणीत मनोविश्लेषण व मनातील संज्ञाप्रवाह ही तंत्रेच हास्यास्पद ठरवली आहेत. मध्यमवर्गीय इंग्रजाळलेल्या साहित्याकडून ते ग्रामीण व दलित साहित्याच्या तळागाळात अनुकरणाच्या रेट्यात पोहोचले. ते नव वसाहतवादाच्या परिभाषेत किती 'बालिश' होते हे आता उघड होत आहे. देशमुख त्या त्सुनामीतून वाचले.

विस्तारभयास्तव शीर्षक कथा 'नंबर वन'चाच सविस्तर विचार करू. ती देखील 'नंबर वन' म्हणवून घेणे आणि खरोखर तसे असणे यातील अंतर अत्यंत सूक्ष्म पातळ्यांवर स्पष्ट करते. तिची पार्श्वभूमी विम्बल्डनची व पात्रे परदेशी आहेत. या कथेचे प्रथमपुरुषी एकवचनी निवेदन जर्मनीतील नंबर वन ग्रँडस्लॅम विजयी ठरलेली सुझन करते आहे. अपघातामुळे पाच वर्षे स्पर्धेबाहेर असलेली ऑस्ट्रेलियाची मोनिका पुन्हा या स्पर्धेत उतरली आहे. स्वत:च नंबर वन असल्याचा दावा तिने केला आहे. सुझनचा चाहता हरमनने जखमी केल्यामुळे तिला पाच वर्षे स्पर्धेबाहेर राहावे लागले होते. त्यामुळे आपला 'नंबर वन' खरा नाही, डागाळलेला आहे याची सुप्त जाणीव सुझनला अस्वस्थ करीत असते. तशात वेडाचे झटके येणारी तिची बहीण वेड्यांच्या इस्पितळात अतिशय हिंसक बनल्यामुळे तिला विमानाने तिकडे जावे लागते. मेरी शाळेत असताना या खेळात नंबर वन होती. एकदा भांडणात तिला सुझनने जोराचा फटका मारल्याने तिचा एक पाय मोडला होता. त्यामुळे ती कायमची या खेळातून बाद झाली. ती बहिणीचा कमालीचा द्वेष करते. मोनिकाच खरी नंबर वन म्हणून बहिणीला दूरदर्शनवर त्यांचा खेळ बघताना शिव्या घालते. अखेर सूझन मोनिकाचा पराभव करते. शेवटी ती स्वत:च म्हणते

नाही हरमन, मी कधीच नंबर वन नव्हते. नाहीय. मला माफ कर मेरी, मला माफ कर मोनिका. तुमच्या त्या अपघाताला मी जबाबदार नव्हते गं. मला अशा तऱ्हेनं पुढं जायचं नव्हतं! पण पण...

मी-मी खरंच नंबर वन कधीच नव्हते. नाहीय?

(नंबर वन १६०)

अत्यंत वाचनीय अशा या कथा मोजक्या खेळांच्या विश्वात वाचकांना गुंगवून-गुंतवून ठेवतात.

'सावित्रीच्या गर्भात मारलेल्या लेकी' या संग्रहाची कुळकथा लेखकाने 'मनोगता'त सविस्तर सांगितली आहे. शीर्षक, मुखपृष्ठ, प्रकाशक, लेखकाचे नाव व पत्ते, प्रकाशन वर्ष, प्रस्तावना, मनोगत, आतील चित्रे, परिशिष्टे व मलपृष्ठ या सर्व

वेगवेगळ्या स्वतंत्र पूर्व संहिताच असतात. त्यांना पूर्वसंहिता epi-texts म्हणतात. त्या मुख्य संहितेकडे वाचकांनी कसे बघावे याची दिशा दर्शवित असतात. म्हणजे एखाद्या घरात प्रवेश करण्यापूर्वी कुंपण, पटांगण, गेट, उंबरठा, परिसर व परडे अशा बाह्य संहिता घराच्या चिन्ह व्यवस्थेची थोडीबहुत पूर्व कल्पना देतात, तसेच हे असते. कधी कधी दारात सुंदर तुळशीवृंदावन आणि मध्य घराच्या कोपऱ्यात काळ्या पैशाचा गुप्तसाठा अशाही रचना असू शकतात. आत एक, बाहेर दुसरे असा प्रकार देशमुखांच्या लेखनात आढळत नाही. 'मनोगता'त ते प्रांजळपणे लिहितात,

गेली दोन वर्षे 'सेव्ह द बेबी गर्ल - कन्या वाचवा' या अभियानात मी बांधिलकी मानून काम करताना जे अनुभव आले, त्यातून या आठ कथा साकार झाल्या. त्या एकाच विषयाशी आधारित आहेत. तो विषय म्हणजे स्त्रीभ्रूणहत्या व त्याचे लहान मुले, पत्नी - स्त्रिया आणि समाजावर होणारे परिणाम... हा तिसरा थीम बेस्ड कथासंग्रह सादर करून एक वेगळी वाङ्मयीन हॅट ट्रिक मी केली आहे. त्याची वाङ्मयाचे अभ्यासक व समीक्षकांनी नोंद घ्यावी अशी अपेक्षा आहे.

आपण हा ललित लेखनाचा प्रयोग करीत आहोत. केवळ सामाजिक प्रचाराचे साधन म्हणून या कथा रचलेल्या नाहीत - हा दावा करताना पुढे लेखक म्हणतो,

या सर्व आठ कथांमधून मी विविध अंगाने स्त्रीभ्रूणहत्येवर प्रकाशझोत टाकला आहे. समाजाला मुली का नको आहेत हा प्रश्न मी कलात्मकतेच्या परिघात, ललित शैलीत पण पोटतिडकीने मांडायचा प्रयत्न केला आहे. त्यातला आशय गडद व्हावा म्हणून कथनशैलीतही काही प्रयोग 'लंगडा बाळकृष्ण' व 'केस स्टडीज' या कथांमध्ये केले आहेत.

या कथा डॉक्युमेंटरी अथवा अहवाल या गद्य प्रकारात डावलल्या जातील याचीही जाणीव लेखकाला आहे. १९३५ मध्ये शं. त्र्यं. शेजवलकरांनी सुखटणकरांच्या 'सह्याद्रीच्या पायथ्याशी' या 'ग्रामीण' कथासंग्रहाला फार अभ्यासपूर्ण प्रस्तावना लिहिली होती. तेव्हा लेखकाने गोव्यातील व ग्रामीण बोलीतील काही शब्दांची सूची शेवटी जोडली होती. तेव्हा आपलीच खेडी व समाज आपणाला नीट माहीत नसतो. त्यांचा परिचय नागर वाचकांना करून देण्यासाठी लेखकाने नकाशे, चित्रे, टिपणे वगैरे कथा संग्रहात द्यावेत असे मत शेजवलकरांनी परखडपणे मांडले होते. पण पहिल्या महायुद्धानंतर अँग्लो-अमेरिकन महाप्रकल्पातील 'विश्व साहित्य आणि सौंदर्यानुभव' या आधुनिक सौंदर्यशास्त्राची व 'नव' समीक्षेची आयात मर्ढेकरी

माध्यमातून झाली. हा नववसाहतवाद बळकट करणाराच महाप्रकल्प होता याचा उलगडा आजवर कुणी केलेला नाही. त्यामुळेच कथांच्या जोडीला परिशिष्टात बिगर कथा non-fiction गद्य मजकूर जोडण्याची कारणे लेखकाला देणे भाग पडले आहे. हा कालबाह्य, नव समीक्षेच्या मराठीतील जातिर्यीकरणातून आलेल्या वर्चस्वाचा परिणाम आहे. रूपवादी समीक्षक या लेखनाला कथाच म्हणणार नाहीत, हे भय त्यांच्या 'मनोगता'त जागोजागी व्यक्त झाले आहे. लेखकाने स्त्रीभ्रूणहत्येच्या समस्येचा अभ्यास कसा केला आणि त्यावर कसे उपाय शोधले हे सांगून पुढे म्हटले आहे :

> *प्रस्तुतचे पुस्तक हे एकाच वेळी ललित (ficition) तसेच ललितेतर (non-ficiton) आहे. 'सावित्रीच्या गर्भात मारलेल्या लेकी' पुस्तकात अशी त्याची सांधेजोड का मला घालावीशी वाटली? कोणत्याही समीक्षक फूटपट्टीचा आधार न घेता मी म्हणेन की, आठ कथांमधून समाजाला मुलगी नको हे जीवनानुभूतीच्या अंगाने कालात्मकरीत्या आलं आहे, तर त्याची भारतातली जास्तच दाहकता समग्रतेत जाणवण्यासाठी हे लेख जरुरी आहेत. केवळ कलावादी म्हणतात तसे वाचकाचे निखळ रंजनच लेखकाने केले पाहिजे, असे मी मानत नाही. प्रबोधन व विचार-प्रवणतेची जोड देता आली तर साहित्यकृतीला नवे आयाम मिळू शकतील. कथेचा रसभंग करीत त्यात प्रबोधन करणारी आकडेवारी दिली तर कथेच्या कलात्मक सौंदर्यास बाधा येईल, म्हणून या कथांमध्ये त्याला भरपूर वाव असून मी कलात्मक तटस्थतेने ते टाळायचा प्रयत्न केला आहे... (मनोगत)*

मुळात कलावाद्यांच्या वसाहतिक संस्कारातून लेखक पुरेसा मुक्त झालेला नाही. त्यांनी आकडेवारी खरोखर दिली असती तर तो एक उत्तराधुनिक तंत्राचा प्रयोग ठरला असता. अर्थात, वाचक व संपादक - प्रकाशकांना तो पटला - पचला नसता, हे मी माझ्या अनुभवाने सांगतो. मात्र अठराव्या शतकात डॅनियल डिफोने 'रॉबिन्सन क्रूसो'मध्ये आणि जोसेफ स्टर्नने 'ट्रीस्टम शॅन्डी' मध्ये अनुक्रमे बाजार, किराणा मालाच्या याद्या, खर्चाचा हिशेब आणि पूर्ण काळी पाने, बोटाची चित्रे, रेखाकृती वगैरे कादंबऱ्यात घुसडल्या होत्या. तेव्हा ते प्रयोग गाजले होते. मराठी साहित्य व लेखकाच्या कल्पनेचेच नियमन संस्कृती कशी करते या सिद्धान्ताच्या आधारे देशमुखांच्या कथांचा अधिक चांगला अभ्यास होऊ शकेल.

पुन्हा एकदा पुष्पा भावे 'अत्यंत चिकित्सक व परखड' परीक्षणात काय

म्हणतात. ते पाहू :

''कथासंग्रह प्रत्यक्ष अनुभवावर रोवलेला असला तरी कथात 'सेव्ह द बेबी गर्ल' या उपक्रमाचा वा जिल्हाधिकाऱ्यांचा उल्लेख असावा का? असा प्रश्न उपस्थित होतो. 'सेव्ह द बेबी गर्ल' या उपक्रमासाठी आणि त्या उपक्रमाचाच ललित दस्तऐवज असणाऱ्या कथांसाठी मराठी वाचक देशमुखांचे आभार मानतील. महत्त्वाच्या विषयावरच्या या पुस्तकाचे परिशिष्टही प्रस्तुत आणि वाचनीय आहे.'' (प्रस्तावना)

गर्भवतीला तिची संमती नसता लिंगनिदानाला नेऊन फसवून तिचा गर्भपाताची बळी बनवणे हा 'माधुरी व मधुबाला'चा विषय आहे. सरिता ही विज्ञान शाखेची पदवीधर. गणेशाला तिने कंपनीत स्वत: घरात राहून मुले सांभाळत संसारात साथ द्यायचे ठरवले होते. पण मुलगाच हवा म्हणून नवऱ्याने करवलेला गर्भपात तिला वेडाचे झटके देतो. अखेर तो दत्तक मुलगी तिला आपलेच बाळ म्हणून आणून देतो आणि ती सावरते. 'मधुबाला पाठोपाठ माधुरी हवीय', ही तिची मागणी मूळ 'थीम'ला उठाव देण्यासाठी कथेचे शेवटचे वाक्य म्हणून येते आणि 'कन्ट्राईव्ह' प्लॉटचा डाग सोडून जाते. एरवी पात्रांच्या जात-धर्माचा संदर्भ ठळकपणे द्यायला न कचरणारा लेखक या कथेत मात्र सरिता व गणेशच्या अस्मितेची ती बाजू पूर्णपणे विसरला आहे.

'इमोशनल अत्याचार' मध्ये निवेदिकेवर तिला गर्भपातासाठी तयार करण्यासाठी आतल्या दोन जुळ्या मुलींचा वापर नवरा निर्दयपणे करतो. निवेदिका शिक्षिका आहे. तिने मिलिंदला बँकेत नोकरी लागण्यापूर्वी धाडसानं त्याच्याशी लग्न केले होते. गर्भपातानंतर पत्नीला मूलच होणार नाही हा धक्का त्याला जमिनीवर आणतो. इशाला स्वाईन फ्लू झाला तेव्हा मिलिंदने तिला आईकडून आपणाला भाऊच हवा हे वचन घ्यायला लावले होते. ती बरी झाली. चौघेच सुखात राहू असा हॅपी एन्ड पुन्हा एकदा 'मुलगी झाली हो' वर फुंकर घालतो. हे जोडपे देखील नाव-गाव जात-धर्म-पंथ अशा ओळखीशिवाय अवतरले आहे. 'उदक' मधील किंवा 'नंबर वन'मधील पात्रांच्या अशा वास्तव तपशीलांची रेलचेल पाहता हे तिसऱ्या संग्रहात लेखक प्रगल्भ होत असता हे असे का घडले? हा प्रश्न उरतोच.

'धोकादायक आशावादी'मध्ये अशीच 'अधांतरी' पात्रांची लढाई सुरू होते. फक्त 'खोत' या आडनावावरून सांस्कृतिक ओळख नीट होत नाही. प्राथमिक शिक्षक पिताजी आदर्श शिक्षक पुरस्कार विजेते आहेत. त्यांचा डॉक्टर पुत्र मात्र गर्भलिंग निदान व गर्भपाताचे रॅकेट चालवणारा दुष्ट डॉक्टर आहे. हे कळताच ते

आपल्या नातेवाईकांच्या मदतीने डिकॉय केसमध्ये त्याला पकडून देतात. लेखकच या कथेतील एक कलेक्टर-पात्र आहेत. हे तिसऱ्या परिच्छेदात लक्षात येते.

> *कलेक्टर म्हणून मला नित्यनेमानं सर्व प्रकारची माणसं अनेकदा माझ्या खाजगी वेळेवर छोट्या-मोठ्या कामासाठी अतिक्रमण करायची. पण जेव्हा कलावंत - लेखक व इतर चांगली, विविध क्षेत्रात काम करणारी भेटायला यायची, मला आनंद व्हायचा... (सावित्रीच्या ... लेकी : ४१)*

या 'अतिक्रमण' करणाऱ्या पैकी मी एक आहे. 'इन सर्च ऑफ कोल्हापूर थ्रू ट्रॅव्हलर्स आईज' त्यांनी माझ्याकडून लिहून घेतलं. त्यापूर्वीच मी असे अतिक्रमण करीत असे. पण श्रीमती भावे यांनी उपस्थित केलेल्या कलेक्टर व त्याच्या प्रकल्पाची कथेतील उपस्थिती आवश्यक आहे का? हा प्रश्न उरतो. त्याचे उत्तर आत्मकथन कथा, कादंबऱ्या, प्रवास लेखन वगैरे साचेबंद वाङ्‌मय प्रकारांचे घटक कथेत मिसळते तर त्यात वाईट काय? उत्तराधुनिक तंत्रात भारतीय शुद्ध जातीयवादी वाङ्‌मय प्रकारांना स्थान नाही. ती पोथ्या पुराणे व इतर घटक कथात मुद्दाम मिसळले तेव्हा अशाच प्रतिक्रिया येत होत्या. मात्र देशमुख निवडलेल्या आशयसूत्रांशी एवढे एकरूप झाले की त्यांना त्यापासून वेगळे काढणे सुचले नाही म्हणा किंवा शक्य झाले नाही असे म्हणा. वास्तव घटना वापरल्याने अब्रू नुकसानीचा दावा टाळण्यासाठी पात्रे अधांतरी ठेवली. 'पोलिटिकल हेअर' मध्ये एका उगवत्या नेत्याची सातवीमधील मुलगी लॅपटॉपवर गुगलसर्च इंजिनवर 'क्रोमोसोम' सर्च करते. वडिलांना 'राजकीय वारसदार' हवा असे म्हणाल्यानंतर तिचा हा शोध सुरू होतो. 'सेक्स एज्युकेशन' मुळेही तिची साक्षरता वाढली होती. नवऱ्याला राजकीय वारसदार हवा म्हणून केलेली भ्रूणहत्या आणि त्याचे पत्नी व मुलीवर होणारे परिणाम हा या कथेचा मूळ विषय आहे. शेवट मुलगी कलेक्टरांच्या 'सेव्ह द बेबी गर्ल' मोहिमेत भाग घेण्याचा व शरद पवारांना तिने पत्र लिहिण्याचा भाग येतो. त्यावर प्रचारकी 'कंन्ट्राईव्हड शेवट' असा आक्षेप येणे शक्य आहे. येथेही कथेचे लोकेशन, पात्रांची 'ओळख', जात-पात अंधारातच आहे. 'लंगडा बाळकृष्ण'मधील पाडलेल्या गर्भांना नष्ट करण्यासाठी क्रूर डॉक्टरने हाऊन्ड जातीचे दोन कुत्रे पाळले आहेत. या कथेतील रहस्यमय वातावरण भयानक (weird) आहे. पात्रांनाच कथेचे धागे जुळवत नेण्याचा प्रयोग खांडेकरी वळणाने केला आहे. शेवटी ते कुत्रे डॉक्टरच्या मुलाचाच पाय तोडतात हा पोएटिक जस्टिस की शिक्षा आहे. हेच त्याला कळत नाही. शेवटी मेलोड्रॅमॅटिक आहे. 'ऑपरेशन जेनोसाईड' म्हणजे गर्भपाताचे रॅकेट चालवणाऱ्या ग्रामीण भागातील डॉक्टरना पकडण्याची केस-हिस्ट्री

आहे. अस्पष्ट असले तरी मुख्य पात्राचे लोकेशन खेड्यात - तालुक्याच्या ठिकाणी दाखवले आहे. खबरीलालची पत्नी या रॅकेटला पकडण्यात अग्रभागी असते. शेवटी मोर्चात ती आक्रमक भाषण करते. हा भाग प्रचारसभेचे रूप धारण करतो. भिन्न पात्रांना प्रसंगांचे कोलाज करीत कथेचा गोफ गुंफायला लावला आहे. हे तंत्र पूर्वी कादंबऱ्यात होते. मात्र 'केस स्टडीज'मध्ये भिन्न नमुन्यांचे वेगळे कोलाज येते. ते उत्तराधुनिक तंत्रात बसणारे आहे. पण प्रसंग 'कन्ड्राइव्हड्' वाटण्याची अडचण आहेच. 'सावित्रीच्या गर्भात मारलेल्या लेकी'मध्ये पाडलेल्या मृत अर्भकालाच बोलते केले आहे. त्यामुळे एडवर्ड सईद ज्याला इहलौकिकता (worldliness) आणि संदर्भाचे जाळे (affiliation) म्हणतो त्याला या कथेत स्थान उरत नाही. निवेदक मृतात्मा अर्भकाच्या प्रौढ भाषेवर वाचकाला विश्वास ठेवावा लागतो. ही एक कॉमेडीच बनत जाते. मात्र त्यातील खालील प्रकारची विधाने लेखक अर्भकाकडून वदवून घेत आहे असे वाटत राहते :

> *आज मी मानते निर्मिकाला. तो सांगणाऱ्या सत्यशोधक जोतिबा फुल्यांना आणि जगन्माता सावित्रीला. जोतिबाच्या पितृत्वातून मला 'सावित्रीची लेक' व्हायला आवडेल... (११५)*

'सर्मना' सारख्या या पत्र कथेचा शेवट पाहा :

> *एक विनंती करू ममी, हे पत्र तू जसंच्या तसं कथा म्हणून कुठेतरी छापून आण. या कथेला शीर्षकही मीच सुचवते 'सावित्रीच्या गर्भात मेलेल्या लेकी.' मी स्वत:हून मेले हे वाच्यार्थानं खरंच. पण मला 'मुलगी नकोच नको' या पुरुषी मनोवृत्तीनं मारलंय हे व्यापक अर्थानं अधिक खरं आहे. ही कथा वाचून काही पुरुषांच्या डोळ्यात अंजन पडलं तरी माझ्या न जगलेल्या जन्माचं सार्थक होईल! करशील ना एवढं माझ्यासाठी? प्लीज?*

हरि नारायण आपटे व श्री. म. माटे यांच्या काळात कथेच्या शेवटी 'वाचक हो थांबा, या कथेचा बोध काय?' तो थोडक्यात 'तात्पर्य' म्हणून मांडत. इसापच्या नीतिकथापासून ही प्रथा चालत आली होती. परंतु इंग्रजाळलेल्या लघुसंस्कृतीत तो तात्पर्याचा तुकडा नाटकातल्या नांदीप्रमाणे छाटला गेला. उत्तराधुनिक तंत्रात त्याचे पुनरागमन अटळ आहे. मात्र कथाकाराची जागाच समाजसुधारक लोकशिक्षणाच्या तळमळीने बळकावू लागला तर श्रीमती भावेंनी सूचित केलेला पेच उभा राहील.

येथवर या तीन संग्रहांच्या केलेल्या चर्चेवरून आशय आधारित कथांच्या गुच्छात आढळलेल्या बलस्थानांची व मर्यादांची कल्पना आली असेल. ग्रामीण पार्श्वभूमीवरच्या 'उदक'मधील कथांची तुलना मर्ढेकरांच्या 'तांबडी माती' व 'पाणी'शी

करता येईल. मुख्यत: या दोन्ही लेखकांनी बोलीभाषेला मारक अशा संस्कृत-प्रचुर भाषेचा संवादातही केलेला वापर संस्कृतिस्टांच्या तुलनात्मक दृष्टिकोनातून तपासावा लागेल. ही लेखकाची मर्यादा नसून कथा व कथाकार हे विशिष्ट सांस्कृतिक उपगटाची उत्पादने आहेत; याचा हा परिणाम आहे. हे नीट स्पष्ट होण्यासाठी तुलनात्मक संस्कृती अभ्यास रुजावे लागतील. ते नसल्यामुळे अज्ञानाचे उत्पादन वाढते आहे.

लेखकाचे वेगळेपण आजवर अंधारात राहिलेल्या किंवा पुरेसा न्याय न मिळालेल्या विषयांची निवड, त्यासाठी करावे लागणारे फील्डवर्क व वाचन आणि निर्भयपणे वास्तवाला भिडण्याची ताकद यातच आहे. त्यामुळेच या सर्वच कथांची वाचनीयता ढासळलेली नाही. एरवी हे या तीन विषयावरील अहवाल / प्रबंध किंवा ट्रॅक्स ठरले असते. तिन्ही संग्रह तंत्रदृष्ट्या एकापेक्षा वेगळे करण्यात त्यांना बरेचसे यश आले आहे. या मागे त्यांची नितळ सामाजिक बांधिलकी व प्रशासकात क्वचित आढळणारा पारदर्शीपणा आहेत, हे उघड आहे. एकूण मराठी कथेत त्यांचे हे वेगळेपण अबाधित राहील असे वाटते.

❑

लक्ष्मीकांत देशमुख यांच्या कथांमधील स्त्रीरूपदर्शन

विष्णू नारायण पावले

॥१॥

लक्ष्मीकांत देशमुख हे भारतीय प्रशासनातील एक सनदीदार अधिकारी. महाराष्ट्रातल्या विविध शहरांमध्ये त्यांनी सेवा बजावली आहे. त्यांच्या एकूण लेखनाचा आवाका पाहाता मानवी जीवनासंबंधी, विविध जातसमूहांविषयी अतिशय तीव्रतर आणि अधिक संवेदनशील लेखन केले आहे. आपल्या लेखनाचा राष्ट्रीय स्वर नेहमी त्यांनी ठेवला आहे. तसेच राज्य, प्रदेश व राष्ट्रीय प्रश्नांविषयी जीवनाविषयीचा धांडोळाही घेतला आहे. जिल्हास्तरावरील प्रशासनाच्या अनुषंगाने प्रत्येक दिवशी कार्यालयीन कामकाजात विविध समस्या घेऊन येणारी माणसे, त्यांचे प्रश्न व त्या प्रश्नांवर काढलेला तोडगा हा त्यांच्या लेखनाचा एक महत्त्वाचा दुवा आहे. एकूणच लेखनाच्या बाबतीत प्रशासनात त्यांच्यामधला अधिकारी जेवढा सजग आहे तेवढाच त्यांच्यातील लेखकही आहे. म्हणूनच लोकशिक्षकाची एक समर्थ भूमिकाही त्यांच्या ठायी आहे. अनेकविध विषयसूत्रांचा मागोवा घेताना या दोहोंचा (समाज व प्रशासन) सुमेळ त्यांनी साधला आहे. भोवतालाकडे पाहणारी त्यांची दृष्टी अधिक गहिरी आहे. परंतु ती पोकळढोकळ वस्तुनिर्देश करत नाही तर गाभ्यालाच हात घालते. एकूण त्यांच्या लेखनरूपाचा एक उच्चतम आविष्कार ते साक्षात उभा करतात.

लक्ष्मीकांत देशमुख यांच्या कथेचे दुसरे वैशिष्ट्य असे की, त्यांच्या कथांमध्ये कामगार, मजूर, कष्टकरी, गृहिणी ते खेळाडू, राजकीय क्षेत्रात वावरणाऱ्या स्त्रिया आणि विविध नोकरीधंदा करणाऱ्या अलक्षित स्त्रियांचे विश्व साकारले आहे. महाराष्ट्रामध्ये स्त्री दाक्षिण्याची भूमिका चालत आलेली असताना जगण्याच्या वाटा धुंडाळणाऱ्या कर्तबगार, निराधार नि निरापराध अशा चौफेर परंतु सक्षम स्त्रियांचे रूप प्रकट झाले आहे. 'कथांजली', 'अंतरीच्या गूढगर्भी', 'पाणी! पाणी', 'नंबर वन', 'अग्निपथ' आणि 'सावित्रीच्या गर्भात मारलेल्या लेकी' या सहा कथासंग्रहांमधून

स्त्रीच्या अलक्षित जीवनाचे एक अंग स्पष्ट होते. तिच्या रूपाचे दर्शन प्रस्तुत लेखात सादर आहे.

॥२॥

'अंतरीच्या गूढगर्भी' हा लक्ष्मीकांत देशमुख यांचा दुसरा कथासंग्रह आहे. 'अंतरीच्या गूढगर्भी' मधील स्त्रीरूपे ही गुंतागुंतीची असली तरी जो स्त्रीचा आत्मभाव असतो तोच या कथांचा केंद्रबिंदू आहे. अबोध मनातील काही सूक्ष्म स्पंदनेही केंद्रित झाली आहेत. भावनेचा अत्युच्च कोटीचा उत्कट आविष्कार या स्त्रियांच्या ठायी आढळतो आहे. परस्पर नातेसंबंध हे किती नि:स्पृह, अतूट आहेत याचीही एक मीमांसा करता यावी इतकी समरसता या कथांत आढळली आहे. काव्यात्म अनुभव हे सहजपणे व्यक्त झाले आहेत.

या संग्रहातील सर्वोत्तम कथा ही 'मर्सी किलिंग' ही वाटते. या कथेची नायिका ही अत्यंत 'प्रिय लेखिका' म्हणून 'बालविश्व' च्या बालवाचकांमध्ये प्रसिद्ध आहे. ती त्यांची प्रेरणा आहे. पण नायिकेच्या प्रतिभेचा आविष्कार म्हणून मा. नंदू हा साहसीवीर मानसपुत्र तिने उभा केला आहे. मात्र प्रत्यक्ष जीवनात पूर्वी प्रेमात फसल्यामुळे ती एका पुत्राला जन्म देते. जन्मत:च त्याची मानसिक, बौद्धिक वाढ खुंटली आहे. तो धगुरडा झाला तरी गोष्ट सांगण्याचा अट्टाहास धरतो. त्यातून तिला लेखनाची प्रेरणा मिळाली आहे. प्रत्यक्षात बंडूचा 'मर्सी किलिंग' ने मृत्यू घडवून आणावा हाही विचार तिच्या मनात डोकावतो व ती अस्वस्थ होते. पण विधाताच तापाचे निमित्त साधून त्याला हिरावून नेतो. तेव्हा तिचा मानसपुत्र असणाऱ्या नंदूचा ती जाणून बुजून मृत्यू घडविते. अतिशय उंचीला पोहोचलेली ही कथा स्त्रीच्या मनोव्यापाराचे नेटके विश्व उभे करते. आईच्या मातृहृदयाची अगतिकता, तिच्या वेदना नि हे मातृरूप अगाध, अगूढ असल्याचे आढळते. आईचा एक नवा चेहरा हे या कथेचे एक सूत्र आढळते. काव्यात्म अनुभूती देणारी 'राधा' ही कथा एक मोक्याची कथा वाटते. पु. शि. रेगे यांच्या 'राधा' या त्रिधा-राधाचा काव्यात्म लघुपटाचा बंध या कथेत आला आहे. या कथेतील नायिका 'कविता' ही आहे. भाई तिच्या भेटीसाठी स्वत: निर्माते असूनही आतुरले आहेत. राधेची भावविभोरता या कथेतील आणि चित्रपटातील 'कविता' या नायिकेच्या भूमिकेत सामावली आहे. पण ही नायिका प्रत्यक्षात विरहिणीचे रूप घेऊन वावरते आहे. भाईंना वाटते ती आपल्यावर नाराज झाली आहे. परंतु याउलट तीच या गोविंदाच्या प्रेमासाठी आसुसली होते. प्रेमाचे अभिजात रूप घेऊन ती प्रत्यक्षात 'राधा' म्हणूनच वावरणारी आहे. इथे स्त्रीमनाची कोवळीकता आढळून येते. याउलट 'रात्र' कथेतील नायकाची

पत्नी ही प्रारंभी नवीन लग्न झाल्यानंतर एका धुंदीत वावरणारी वाटते. पण जेव्हा तिला आपला नवरा रोज रात्री बेडकांना धरून प्रयोगशाळेत विकण्याचा धंदा करतोय हे समजते तेव्हापासून ती शृंगारत होत नाही. तिच्या साऱ्या चेतना - उत्तेजना त्या किळसवाण्या स्पर्शाने बुजवल्या आहेत. नायकाची पत्नी ही स्वप्नील आयुष्याचा चुराडा झाल्याने व्यथित झालेली स्त्री आहे.

अर्धस्फुट मानवी भावनांची दुसऱ्या बाजूची स्त्रीरूपेही या संग्रहात आढळतात. 'जोकर' या कथेमधील लीना तो छोटू विदूषक बुटका आहे म्हणून त्याच्याकडे हीणत्वाने पाहणारी आहे. त्याची हेटाळणी करणारी आहे. सामान्य जोकराने त्या सौंदर्यवतीची अभिलाषा धरल्यामुळे ती त्याच्यावर खट्टू होते. छोटूच्या स्वप्नांचा बिलोरी आरसा फुटतो. तर 'हे खेळ मनाचे सारे' मधील डॉक्टर असणाऱ्या नायकाची आई शहरात आली आहे. तिच्या पतीचे निधन झालेले आहे याचा तिला अजूनही विसर पडलेला नाही. त्यामुळे शहरात तिला मोकळेपणाने वावरता येत नाही. मात्र शेजारच्या मास्तरांचे डोळे सातत्याने पाठलाग करताहेत या भयाने ती ग्रस्त आहे. सत्त्वशील आणि सात्त्विक परंतु चौकटीबाहेरचे जग पाहिले नसलेल्या स्त्रीच्या मनाची अवस्था चित्रित केली आहे. धर्म - संस्कार, चालीरीतींचा कोष तिच्या मनाभोवती अदृश्यपणे घट्ट विणलेला आहे. या परिणामाची एक भावनात्मक अभिव्यक्ती ही या स्त्रीमनाचे कथारूप आहे. हे स्त्रीरूप आहे. 'माझे अबोलणेही' ही एक सुंदर प्रेमकथा वाटावी इतकी सहज अवतरली आहे. शब्दकळेचे आपसूकपणे व्यक्त होणारे नमुने रिचवणारी ही कथा आहे. विद्याच्या मनस्वी पण बौद्धिक स्वभावाचे, लाघवी व्यक्तिमत्त्वाचे विशेषत्व नायकाच्या तोंडून व्यक्त होते आहे. एकाच मार्गदर्शकाकडे संशोधनाच्या निमित्ताने एकत्र आलेले हे दोन जीव पुन्हा परस्पर विभागले जातात. दोघांमधल्या पत्रसंवादाला अचानक ओहोटी लागते. विद्याची पत्रातील भाषा ही ओढ, आपुलकी न दाखवता अगदी वरवरचे अनुमान व्यक्त करते तेव्हा नायक अस्वस्थ होतो. थंड व मितभाषी विद्या नायकाचे मित्र सांगतात त्याप्रमाणे त्याच्या आर्थिक बाजूकडे पाहते. आजच्या युवतींच्या मानसाचे विद्या ही प्रतिनिधित्व करणारी आहे. मैत्रिणीच्या रूपाचे हे वेगळे अंग उत्तम शब्दकळेने साकारले आहे. तर 'सृजन कसा तडफड करी' कधील गुरू - रीटा या नात्याचेही भावबंध अनंताच्या पोकळीतले (स्त्री-पुरुष) प्रकृती - पुरुषाच्या अद्वैताचे चिंतन मांडणारे आहेत. इथेही स्त्री हाच चिंतनाचा विषय झालेला आढळतो. स्त्री-मनाचा चमत्कृतीशील आविष्कार रिटाच्या वर्तनातून, तिच्या बोलण्यातून अभिव्यक्त होतो. सृजनाचा सहसंबंध हा स्त्रीच्या निर्मितीप्रक्रियेशी जोडला आहे. या कथेला स्त्रीत्वाचे आदिम पदर लाभले आहेत.

॥३॥

'नंबर वन' या कथासंग्रहातील कथांमध्येही कणखर बाण्याच्या महिला खेळाडूंच्या विश्वाचे अनोखे रेखाटन प्रकट झाले आहे. यामधील स्त्रीरूपे ही प्रेरक - प्रेरणादायी ठरणारी आहेत. 'प्रयासे जिंकी मना' मधील ममा ही बालपण कोकणच्या समुद्रकिनारी गेल्यामुळे माशाप्रमाणे सहजगत्या पोहणारी, बटरफ्लाय व बॅक स्ट्रोकमधील दोन सुवर्णपदके ऐंशीच्या दशकात पटकावणारी मानिनी स्त्री आहे. तितकीच ती भावनाशीलही आहे. कारण ती जयवंत या मुलाला पाण्यापासून बाजूला ठेवू पाहते. परंतु जयवंत तिच्या मताविरुद्ध वागतो व पोहायला शिकतो. तिचे अजित (मुलगा) व दिलीप (नवरा) हे दोघे पाण्याचा बळी ठरल्याने तिच्या मनातील भीती ही बळावलेली असते. त्यामुळे ती भीती रास्त होती. पण जय गोहाटीच्या राष्ट्रीय स्पर्धेत सुवर्णपदकाची कमाई करतो. घरी येतो व आईच्या गळ्यात ते पदक घालतो. आई पुन्हा त्याच्या गळ्यात ते पदक घालते. इथे कोण जिंकले? हा प्रश्न येतो. तर दोघेही जिंकले गेले. मानवी भयगंडाचा आणि स्त्रीच्या औदार्याचा रूपशोध उकलण्याचा प्रयत्न या कथेत आढळतो. क्रिकेट, टेनिस, स्वीमिंग, इनिंग या स्पर्धांमधल्या महिलाविश्वाला साजेसे रूप देण्याचा त्यांचा प्रयत्न भारतीय स्त्रीरूपाचे दुसरे अंगही उलगडून दाखवतो. या महिला बाहेर स्वैर वागतात याचाही निर्देश त्यांच्या कथांमधून आढळतो. उपभोगाच्या पातळीवर आढळणारी लवचीक आवाहनं अनुबोधात्मक ठरली आहेत हेही जाणवते. या क्रीडा जगताशी निगडित अशा स्त्रिया कुणाच्या माता, भगिनी, सहचारिणी, प्रेयसी आहेत तर कुठे तटस्थ राहणाऱ्या आहेत.

'अखेरचं षटक' ही कथा दुहेरी भावनात्मक पेचाचा उलगडा करणारी, मोकळ्या मनोविश्वाच्या बेगमची उत्कट अवस्था दर्शविणारी आहे. तिच्या मनातले विचार हे भारतीय स्त्रीच्या वेगळ्या नात्याचे व्यक्त होणारे विचार वाटतात. 'स्त्रियांना दोन पती करण्याची चाल जर असती तर....' दोन भिन्न भिन्न पुरुष सलीम (पती) व संतोष (प्रियकर) हे वेगवेगळ्या बाजूला दोन्हीकडे दोघे राहिले असते हा विचारही तिच्या मनात चमकून जातो. स्त्रीच्या मनातील पुरुषाची प्रतिमा हार - जीत न होता समांतर राहते हे या कथेचे अनोखे सूत्र राहिले आहे. एक तिचा प्रियकर आहे व एक तिचा पती आहे हे नाते तिने अधिक कोमलरीत्या जपले आहे. याच्या उलट 'ब्रदर फिक्सेशन' ही कथा आढळते. स्वीटी ही या कथेची नायिका. तिचा पती आणि भाऊ हे दोघेजण खेळाडू आहेत. ते एकाच टीममध्ये एकत्रच खेळत आहेत. तिचा पती मानसशास्त्राचा विद्यार्थी असणारा पण खेळाकडे ओढला गेलेला

एक चांगला खेळाडू होता. पण स्वीटीला आपल्या भावाविषयी प्रचंड प्रेम आहे. विकीच्या द्विशतकाची अपूर्वाई राहिली नाही. मात्र भावाचा एक कॅलेंडर इयरमध्ये हजार धावा पूर्ण करण्याचा मान हुकला यामुळे ती अस्वस्थ आहे. त्यामुळे वारंवार विकी खचतो आहे. मानसशास्त्राचा विद्यार्थी असणारा हा विकी स्वत:च कोणत्यातरी मानसिक भयगंडाने पोखरल्याची जाणीव व्यक्त होते आहे. स्वीटीच्या मृदू आवरण असलेल्या बोलण्याने मात्र तिचा नवरा घायाळ होतो आहे. बायकोचा टाळाटाळ करणारा स्वभाव त्याच्या करियरला बाधा ठरतो आहे. स्वीटीचा स्वाद भावाकडे ओढला जातो आहे. स्वीटीच्या वर्तनातून भावाविषयी असणाऱ्या आकर्षणाचे रूप आढळते आहे. तर मैदानावर सशक्त असणारी खेळाडू जगतातील माणसे मनाने किती अशक्त असतात याचा दुहेरी प्रत्यय या कथांमधून प्रत्ययास येतो. अशीच एक 'नंबर वन' ही कथा बेबी या टेनिसपटू महिलेची आहे. ती तुफान टेनिसपटू आहे, पण तिच्या मनावरती मोनिका या तिच्या समवयस्क खेळाडूने गारूड केले आहे. मुळात मोनिका ही उत्तम खेळाडू आहे परंतु तिला स्वत:ला यश या लोकांनी यश मिळू दिलेले नाही. बेबीवरील प्रेमापोटी हरसन तिला जखमी करतो. या प्राणघातक हल्ल्यामुळे तिला पाच वर्षे विश्रांती घेणे भाग पडते. शेवटी पाच वर्षानंतर मैदानात ती बेबी विरुद्धच उतरते. ही स्पर्धा बेबी जिंकते परंतु ती स्वत:च स्वत:ची शत्रू होते. नंबर वन बनण्यासाठी आपण आजवर किती कपटाने वागलो याबद्दल ती विव्हल होते. मोनिकेसह आणखी एक मैत्रिणीचे करिअर विश्व तिने बाद केले असते. मानवी सूड हा कोणते रूप धारण करतो हा या कथेचा बंध आहे. स्पर्धा ही मैदानावरती व त्या खेळापुरती असावी या तत्त्वाला इथे तिलांजली दिलेली आढळते. महिला ही कोमल अंत:करणाची असते हे जरी खरे असले तरी तिला असूया असते, न् प्रसंगी ती कठोरताही धारण करते हे स्त्रीरूप या कथेतून आढळते.

या कथांच्या विरुद्ध जाणाऱ्या 'फिरूनी नवी जन्मेन मी' व 'रन बेबी रन' या दोन वेगळ्या आणि वैशिष्ट्यपूर्ण कथा या संग्रहाची शान वाढविणाऱ्या आहेत. पहिल्या कथेमधील मीना ही एका रोजच्या जगण्याच्या गरजेचा अभाव असणाऱ्या पाथरवट कुटूंबातून पुढे आली आहे. अल्पावधीत ती भारतीयांची शान बनली आहे. परंतु स्पर्धेमधील तिच्या यशाने काही प्रतिस्पर्धी खेळाडू मैत्रिणींच्या पोटात शूळ उठला आहे. तिच्या आक्रमक व पुरुषीपणाचे भांडवल करून तिच्याविषयी 'तो' का 'ती' हा प्रश्नही उपस्थित केला जातो. एव्हाना प्रचंड वादळ उठते. या नैराश्येतून तिने आत्महत्या करण्याचा प्रयत्न केलेला असतो पण तो असफल ठरतो. कारण लिंगचाचणीनुसार मीनाला 'मर्दसिंग' म्हणून घोषित केले जाते.

त्यातून ती आत्महत्येस प्रवृत्त होते परंतु त्यातून ती बचावते. तिला आईच्या शब्दाने पुनर्जन्म लाभल्यासारखे होते. एक आई मुलीचा हरवलेला आत्मविश्वास नव्याने जागृत करते म्हणून कथेचे शीर्षकही सार्थ ठरते. तर दुसरी कथा ही 'बेबी' ची आहे. ही साताऱ्याकडील गरीब घरातील युवती राष्ट्रीय धावपटू म्हणून नावाजली जाते. तिचा प्रशिक्षक मात्र दलित असतो. बेबीचे लग्न होते. तिच्या इच्छेविरुद्ध तिचा नवरा तिच्यावर बलात्कार करतो. करियरला बाधा ठरू नये म्हणून ती संबंध टाळण्याचा प्रयत्न करते पण अखेर तिला गर्भ राहतो. त्यातूनही सोनोग्राफी होते. तो भ्रूण स्त्री असल्याने बेबी तो ठेवायचा मनात धरते परंतु सासरच्या लोकांकडून गर्भपाताचा घाट घातला जातो. तेव्हा तिचे गर्भाशयही छिनले जाते. ही संबंध कृती तिच्या मनाविरुद्ध होते. तिच्या डायरीतील प्रशिक्षकासोबतचा फोटो पाहून तिच्याविषयी शंका घेतली जाते. तिचे ऑलिम्पिकचे (सिडनी) स्वप्नही अधुरेच राहते.... अन् ही गुणी खेळाडू आत्महत्या करते. जातीचा प्रश्न आणि ग्रामीण महिला खेळाडूचा चेहरामोहरा या कथेत उत्तमरीत्या प्रकटला आहे. अतर्क्य मानवी वर्तनाचा मानसशास्त्रीय धांडोळा हा या कथांचा पाया आहे. मूलार्धाने आगळे-वेगळे आणि शास्त्रीय स्वरूपाचे पक्के परंतु वस्तुनिष्ठ असे हे क्रीडा जगताचे लेखन आढळते. महिला खेळाडूंची ही विविध रूपे आहेत.

॥४॥

'अग्निपथ' मधील अनुभवविश्व हे देशांतर्गत स्तरावरील जातीय दंगली, दहशतवाद, धर्मवाद व त्याअनुषंगाने येणारे प्रश्न फार प्रभावीरीत्या उभे करणारे ठरले आहे. नामोहरम झालेली माणसे पुन्हा लोकशाहीवरच्या अढळ विश्वासाने वाटचाल करतात ही मोठी निष्ठेची बाब आहे. त्यामध्ये प्रशासकीय अधिकाऱ्यांचेही कर्तव्य आणि तडजोड, प्रशासकीय कर्तव्य यामध्ये विवेक साधताना कराव्या लागणाऱ्या झगड्याचे चित्र आले आहे. संग्रहामधील 'काश्मीर की बेटी' या कथेमधील साराच्या धडाडीवृत्तीचा आलेख अधिकांशाने उंचावला गेला आहे. या कथेची नायिका सारा आहे. ती रणरागिणीचे रूप घेऊन उभी आहे. नादान नवऱ्यापासून आपल्या दोन्ही मुलींना घेऊन ती अलिप्त राहते आहे. एका अतिसंवेदनशील भागामध्ये राजकारणात उतरलेल्या या स्त्रीचा संघर्षमय प्रवास चित्रित केला गेला आहे. लोकसभा निवडणुकीच्या प्रचारसभेच्या दरम्यान तिच्यावर बॉम्ब हल्ला होतो. तरीही काश्मीरमध्ये शांती प्रस्थापित करण्याच्या निर्णयाप्रत ती येते. पंधरा वर्षापूर्वी तिच्या निगार या बहिणीचे अपहरण अतिरेकी करतात तेव्हा गृहमंत्री असणाऱ्या अब्बूंनी देशाच्या इज्जतीपेक्षा स्वत:चा स्वार्थ साधून तिची सुटका केलेली असते.

ही खरी दुखरी नस आहे. त्यामुळे सारा देशाच्या हिताच्या दृष्टीने पक्षाच्या ध्येयधोरणांशी बांधील राहून शांतीचा मार्ग अवलंबण्याचा विचार करते. शेवटी 'देश कुणासाठी असतो? तर तो जनतेसाठीच ना' या निष्कर्षाने ती मोहरते. 'आझाद काश्मीर की जंग' ही मोहीम हाती घेते. तिच्या या कार्यास अखेरी तिचे अब्बू व मुलगी दिलशादही सामील होण्याचा निर्णय घेतात. राजकारणाचा स्पर्श असणाऱ्या एका कणखर स्त्रीचा चेहरा या कथेस आहे. अशा स्त्रियांची गरज राजकारणास हवी हे अनुमान योग्य वाटते. तिच्या कणखर, करारी बाण्याचे एक तेजस्वी रूप आढळून येते. धर्मापलीकडे देशाचा विचार करणारी ही स्त्री आहे.

कमल नावाच्या मनोगंड - मनोविकारांची शिकार झालेल्या एका अनाथ मुलीची 'स्वत:लाच रचीत गेलो' ही अनोखी कथा आहे. मोठ्या घरची माणसे संदीपला बहीण असावी या हेतूने एका वर्षाची असताना कमलला घरी आणतात. मात्र जेव्हा तिला ती अनाथाश्रमातील आहे हे कळते तेव्हा तिला मनोगंडांनी घेरले जाते. अपराधी वाटते. पण डॉक्टरांच्या 'शॉक थेरपी' ने ती बरी होते. या वेदनेवर उपाय म्हणून तिची मूळची संगीताची आणि कवितेची आवड उफाळून वर येते. त्यामुळे तिला जीवनानंद गवसतो. जरी श्रीकांतने तिला अव्हेरले असले तरी त्याचा गर्भ तिच्या उदरात विकसित होतो आहे. या आनंदाने ती खूश आहे. जरी ती अनाथ असली तरी ते दु:ख पचवून नारायण सुर्वेंच्या 'सूर्यकुलातील मी एक' असे स्वत:ला समजते. आणि नव्या निश्चयाने जीवन जगण्यास उभी राहते. जीवनाचा समर्थ अर्थ शोधणारी ही स्त्री आहे. तर 'नेव्हर सी यू अगेन'मधील सिस्टर ॲग्नेस ही एक प्रेरणादायी माताच आहे. इनामदारांच्या संस्कारशील घराण्यातून कुरूप, वेडाविद्रा असणारा संजय स्वत:च्याच आई-वडिलांकडून हेटाळला जातो. तो एकाकी बनतो. त्याला मनोरुग्ण ठरविले जाते. तेव्हा त्याच्यातील चित्रकाराला हेरून सिस्टर ॲग्नेस त्याची प्रतिभा फुलवते. स्वत:चा दुसरा वारलेला मुलगा लुई मानते. तिचा टोनीही मरतो तेव्हा ती शोकाकुल होते. त्यावेळीही संजय तिच्या आधारास जातो. ती त्याचा मुलगा म्हणून स्वीकार करते. आईपणाचे उदात्त नि उन्नत रूप या कथेतून विकसित झालेले आढळते.

'गद्दार' ही सर्वात प्रभावी आणि भारतीय स्त्रीच्या मूळ रूपाची प्रचिती देणारी कथा आहे. बिल्कीसबी नावाची एक मुस्लीम स्त्री आहे. तिच्या पती-विषयीच्या निष्ठा व्यक्त झाल्या आहेत. धर्मांध राष्ट्राध्यक्षांच्या हुकूमशाहीचा, दहशतीचा बळी म्हणून लतीफला 'देशद्रोही' म्हणून भर चौकात गोळ्या घालून मारले जाते. प्रेताची 'गद्दार' म्हणून अवहेलना - विटंबना केली जाते. त्यावेळी तिच्या घरातील सर्वजण प्रेतावर थुंकणे, लाथ मारणे अशी निषेधात्मक कृत्ये करतात. पण बिल्कीसबी वरवरचा

निषेध व्यक्त करते. स्वतंत्र लोकशाही राष्ट्राची स्वप्ने पाहणाऱ्यांच्या वाट्यास अनन्वित छळ येतो. आणि या साऱ्या छळाचा, अन्यायाचा प्रतिकार म्हणून कडेलोट म्हणून ज्या राष्ट्राध्यक्षांचा दिवाणखान्यात फोटो लावलेला असतो त्या तसबिरीवर बिल्कीसबी गोळी झाडते व आपल्या जराजर्जर देहात सारी प्राणशक्ती एकवटून चौकात त्या तसबिरीवर नाचत हवेत बंदुकीच्या फैरी झाडते. राष्ट्राध्यक्षांच्या प्रतिमेवर थयाथया नाचण्यातून तिच्या विकाराची सीमा प्रकटते. हा भारतीय आदिम स्त्रीचा चेहरा या कथेतून प्रकटला आहे. स्वाभिभानी बाणा जपणारी ही स्त्री देशमुख यांच्या कथेचे प्राणतत्त्व वाटते. इतके ते स्वाभाविक झाले आहे.

स्त्री आणि पुरुष ही पृथ्वीची नैसर्गिक आणि दोन तत्त्वे (प्रकृती आणि पुरुष) होत. त्यासंबंधाचा अनुभव या दोहोंच्या उत्सर्जनाचा म्हणता येईल. 'नशिबाचा खेळ' ही अतिशय बोलकी कथा वाटते. या कथेमधील स्त्रीच्या वाट्याला येणारा पती हा मानसिक आणि बौद्धिक वयानुसार तो पाचेक वर्षांचा वाटतो. त्याच्या फक्त शरीराची वाढ झाली आहे. या कथेमधील स्त्रीने आपल्या अपत्यास स्वत:स नरडीस नख लावून मारलेले आहे. बालपण अतिशय हालअपेष्टांत गेलेल्या हिचे बालपणीचे भावविश्व कोमेजले आहे. तिच्या आई-वडिलांच्या निधनानंतर तिच्या मामाने पैशासाठी तिला विकले आहे. तिची फसवणूक झाली आहे. कारण तिच्या पदरात मतिमंद नवरा येतो. परंतु एका नैसर्गिक क्षणी जे घडावयाचे ते घडते आणि जन्माला येणारे मूलसुद्धा बापाचेच दुसरे रूप वाटते. ते विकलांग म्हणून जन्माला येते. तेव्हा मात्र तिचा बांध फुटतो व ती त्या मुलाचा या घराण्याची, अन्यायाची परंपरा मोडीत काढण्यासाठी गळा घोटते. व स्वत:ची कैफियत न्यायालयात न्यायाधीशांसमोर सादर करते. अशी ही स्त्रीच्या वेगळ्या मुखवट्याची कथा साकार होते. आणि शेवटी मला 'मरेपर्यंत फाशी द्या' अशी विनवणी करते. नाही तर 'मी आत्महत्या करते' अशी चिथावणीही देते.

मानवी भावभावनांचे, एक नव्या वासना - विकाराचे अतुलनीय चित्रण त्यांच्या कथेठायी आहे. स्त्रीच्या सर्जनाचा, तिच्या इच्छा - आकांक्षेचा आणि एका भावनिक कोलाहलाबरोबर तिच्या संघर्षाचा, विवेकाचा अनुबंध त्यांच्या कथेत प्रकटला आहे. स्त्रीच्या उन्नत परंतु अतर्क्य व्यक्तिमत्त्वाचाही पोषक परिपोष कथेमधल्या आशयाबरोबर साक्षात केला आहे.

॥५॥

'उदक' कथासंग्रहातील 'साती आसरा' चे स्वरूप : **''साती आसरा''**

महाराष्ट्रातील स्त्रियांच्या भावविश्वाशी निगडित असे हे नाव. सात जणींनी जिथे आसरा घेतला ते ठिकाण म्हणजे जलाशयाचे ठिकाण होय. त्यामुळे ग्रामीण महाराष्ट्राचा

विचार करता या जलाशयात राहणाऱ्या देवता आहेत. त्यांच्याविषयी विविध आख्यायिका सांगितल्या जातात. त्यानुसार त्या भर दुपारी डोहाजवळ जाणाऱ्यास आत पाण्यात ओढून नेतात. त्याला किंवा तिला झपाटतात. अशी त्यांच्याप्रती जनमानसात एक प्रकारची भीती आहे. मात्र लोकमानसाचे, श्रद्धेचे ते एक रूप आहे. परंतु लक्ष्मीकांत देशमुख यांच्या या कथासंग्रहातील कथांमधील असणाऱ्या या 'साती आसरा' मात्र पूर्णत: भिन्न आहेत. जरूर त्या क्षणभर सुख देणाऱ्या नाहीत तर मणभर दु:खानुभूती देणाऱ्या आहेत. काही कुमारी आहेत तर काही दुर्भाग्यवती आहेत. त्या जरी सकलगुणमंडित नसल्या तरी कष्टगुणसंपन्न आहेत. म्हणू त्यांना रोजगार हमीच्या कामावर जावे लागते. वासनेची शिकार व्हावे लागते. घोटभर पाण्यासाठी जीव गमवावा लागतो. एकूणच त्यांची चरित्रे ही भगभगीत आहेत. मानवी मनाला त्या नुसत्या झपाटत नाहीत तर दंशही करतात. त्या पाण्यात राहणाऱ्या नसून पाण्यासाठी वणवण भटकणाऱ्या आहेत. अंतरीचे गूढ सांगणाऱ्या विरहिणी नसून कोरभर सुखाच्या भाकरीसाठी कष्टणाऱ्या-तिष्ठणाऱ्या आहेत. न्यायासाठी संघर्षशीलव्रती आहेत. निर्ढावल्या भोवतालात त्या दुर्लक्षित आहेत.

या संग्रहातील स्त्रिया या कणखर बाण्याच्या आहेत. परिस्थितीने गांजल्या आहेत. स्वत:साठी, सुखी संसारासाठी, आपल्या नात्यासाठी, चिमण्या लेकरांसाठी सुखाचा घास मिळावा म्हणून त्या आसुसल्या आहेत. पण ही आसक्ती केवळ स्वत:च्या सुखानुभूतीसाठी नाही तर आपल्या जीविताबरोबर दुसऱ्याच्या जीवाची काळजी घेणे हे त्यांच्या रक्तात आहे. या संग्रहाच्या मुखपृष्ठावर 'तहानलेल्या महाराष्ट्राच्या कथा' असे उपशीर्षक दिले आहे. मात्र संग्रहातील स्त्रियांच्या रूपाने ती दाहकता आपल्याला जाणता येईल. मी उपहासाने किंवा उपरोधाने त्यांची चिकित्सा, त्यांचे स्त्रीरूप शोधताना 'साती आसरा' हा शब्द निंदनीय म्हणून वापरलेला नाही. मुळात या कथांमधल्या स्त्रियांची अनुभूती झपाटणारी आहे. या स्त्रियांच्या दु:खाने मन व्याकूळ होते. त्या भिडतात म्हणून त्यांचे हे रूप रेखाटले आहे.

१) पहिली आसरा : गजरा

'बांधा' या कथेची ही नायिका होय. तिचे लग्न एका प्रतिष्ठित घराण्यातील हणमंताशी होते. पिढीजात इनामदारकी उपभोगणाऱ्या हणमंताची काविळी / हिरवी नजर गजराचे जीवन पालटून टाकते. खानदानी मराठा कुटुंबात लहानाची मोठी झालेल्या गजराच्या माथ्यावर दुष्काळाचा वरवंटा फिरतो. ज्याप्रमाणे परसदारी गाय हाडकून गेलेली असते त्याचप्रमाणे रोजगार हमीच्या कामावर तिला जावे लागल्याने तिचा देह हडकून जातो. सुडौल असणारा तिचा बांधा हळूहळू झडतो. पूर्वीची रया

उतरते. नि एके रात्री हणमंतराव तिच्या काळजाला घरं पडावीत असं म्हणतो, ''हाडं हाडं लागताहेत नुसते..... मजा येत नाही.' पूर्वीसारखी म्हणजे स्त्री फक्त उपभोगाची वस्तूच असल्याचा निर्देश व्यक्त होतो. सबंध कथेत देशमुख यांनी ही अस्वस्थता पेरून ठेवली आहे. कामावर तर मुकादमाची लुबरी नजर तिचा पाठलाग करायची. दुष्काळी कामाने हरवून गेलेली काया आज ना उद्या पाऊस पडला आणि पीकपाणी वाढून समृद्धता येईल तेव्हा आपण मनाने पूर्वीसारख्या त्याच्याशी बांधील राहू काय? हा गजराचा प्रश्न अस्वस्थ करणारा वाटतो. पुरुषी आक्रमणाचा आणि स्त्रीच्या मूकपणाचा हुंकार या कथेतून व्यक्त होतो. नायिकेचे गजरा हे नाव हणुमंताच्या वासनेचे रूप म्हणावे लागेल. जेव्हा स्वत:ची बायको सुकून जाते तेव्हा तो शेवंता बाईकडे वळतो. रसवंती शरीराची अभिलाषा ही वासनेची पूर्ती समजून तो तिच्याकडे आकर्षित होतो. मात्र ऐतखाऊ हणमंताला तिच्या गजराच्या कष्टाचे कोणतेही सोयरसुतक नसणे हेही फार अस्वस्थ करणारे आहे.

२) दुसरी आसरा : ठकूबाई

दुष्काळ आणि गरिबी ज्यांच्या पाचवीला पूजली आहे, दिवसभर राबल्याशिवाय ज्यांची सांजेला चूल पेटत नाही, अशा दरिद्री महाराष्ट्रातील दारिद्र्याचे विलक्षण थरारचित्र 'भूकबळी' या कथेत श्री. देशमुख यांनी उभे केले आहे. राघू ननावरे या गाडीलोहार सामाजातील पुरुषाची ठकूबाई ही विधवा बहीण आहे. नवऱ्याच्या निधनानंतर भावाच्या घरी ती राहते आहे. त्याच्या जिवावर आयते बसून खाणे तिला पसंत नसल्याने थोडीफार मदत म्हणून तीही रोजगार हमीच्या कामावर जात असते. रोजगार हमीच्या कामाचा खोळंबा झाल्याने आणि रेशन दुकानदाराने वेळेत धान्य न दिल्यामुळे ठकूबाई ही उपासमारीने मरते. परंतु तिला कागदोपत्री आजारी ठरवले जाते. शासकीय सुविधांचा बोऱ्या कसा वाजतो यावरही या कथेत भाष्य येते. मात्र शिंदे या तहसीलदाराची अस्वस्थता या व्यवस्थेला कशी छेद देणार हाही एक अस्वस्थ प्रश्न उभा राहतो. ठकूबाईची उपासमारी ही मेळघाटातील उपासमारीची दुखरी आठवण करून देते एवढे निश्चित. एकूण व्यवहाराचे झालेले बाजारीकरण हा दुखरा घटक या कथेच्या मुळाशी आहे. एका स्त्रीचे भूकबळी जाणे म्हणजे आपण कोणत्या राज्यात वावरतो हा छळणारा प्रश्नही उपस्थित होतो. सोशिक आणि दरिद्री स्त्रीची अवहेलना हृदय पिळवटून टाकते. इतकी ती तीव्र झाली आहे.

३) तिसरी आसरा : बायजा

वयानं सत्तरी गाठलेली, कमरेत बाक आलेली नि नजरेनं अधू झालेली बायजा

ही ‘कंडम’ या कथेतील एक दलित स्त्री आहे. ती एकटीच झोपडीत राहते आहे. तिचा लेक-सून बाहेरगावी आहे. तिच्या झोपडीत पाण्याचा एक घोटही शिल्लक राहिलेला नाहीए. भर दुपारी ती पाणी आणायला जाते आणि घोटभर पाणी पिऊन पाण्याचे मडके घेऊन येत असताना ती अशक्तपणामुळे एका दगडाला ठेचकळून पडते. तिचे मडके फुटते. ती थकून घरी येते. पुन्हा सायंकाळी पाय ओढत ती सामुदायिक विहिरीकडे जाते व तोल जाऊन पाण्यात बुडते. टँकरवाला रात्रीचा घाईगडबडीने तीन खेपा करून पाणी विहिरीत सोडतो. दुसऱ्या दिवशी गावात दोन घरांमध्ये दोन ठिकाणी लग्नं असतात. पण सकाळी जेव्हा बायजा विहिरीत पडून मेल्याची खबर पोहोचते तेव्हा त्यांच्या अंगाचा तिळपापड होतो. दलितांसाठी दुसरी विहीर असताना ही इकडे का आली म्हणून गावकरी बायजेविषयी अनुद्‌गार काढतात. अपशब्द बोलतात. तिच्या प्रेतासाठी खड्डा खाणायला तिचे जातभाई हजर राहत नाहीत. कोण रोजगाराला तर कोण लग्नाकडे वळतो. संवेदनहीनांची ही वृत्ती पाहून भीमाच्या बोलण्यातून आपली जात ही ‘कंडम’ असल्याचा खेद व्यक्त होतो. तिच्या मृत्यूविषयी कोणालाच काही आत्मभाव नाही. ‘माणूस आमचा धर्म अन् माणुसकी आमची जात’ या तत्त्वाविरुद्ध वर्तन यात आले आहे. बायजाचा चटका लावणारा मृत्यू असाहाय्यतेची क्षुद्र जाणीव करणारा ठरतो. म्हातारपणाचे अभागी जीवन चटका लावणारे आहे.

४) चौथी आसरा : अमिना

‘अमिना’ या शीर्षक कथेत याच मुस्लीम स्त्रीची व्यथा तीव्रतर झाली आहे. अमिना ही धर्म परंपरेने बुरख्याआड राहणारी स्त्री आहे. तिला पाच-सहा कच्ची बच्ची आहेत. तिचा नवरा कादर हा गवंडी काम करायचा पण तो बाहेरख्यालीही करायचा. त्याची या प्रपंचाला कवडीमोल मदतही होत नाही. लेकराबाळांची काळजी वाहणारी ती माऊली असल्याने ती रोजगार हमीच्या कामावर जायची. एवढी मुलं ती एकटी पोसायची. कादरला मात्र तिचे शरीर हवे असायचे. पण सततच्या बाळंतपणानं तिच्या शरीराचा चोथा झालेला असतानाही तो तिच्या शरीराला झोंबायचा. ‘साली चिप्पड हो गयी है. कुछ मजा नहीं आता’ असे बोलायचा. त्याची ही वासना ‘बांधा’ कथेतील हणमंताशी समांतर आहे. जणू त्याचाच भाऊ म्हणून तो या कथेत वावरतो. अमीनाला रोजगार हमीच्या कामावर ‘कुटुंब कल्याण’ बाबत विचारणा होते. एकीकडे दारिद्र्य, उपासमार यांच्या कैचीत सापडलेली अमिना दुसरीकडे नवऱ्याची मारझोड सहन करून मनात नसतानाही शरीर त्याच्याच हवाली करते. दोन्हीकडून स्त्रीच्या वाट्यास येणारी कुचंबणा सोसणारी ही स्त्री आहे. जणू वणव्यात सापडलेली गाय म्हणावी एवढी ती अस्वस्थ करून जाते.

५) पाचवी आसरा : रखमा

'मृगजळ' कथेमधील ही रखमा आपल्या समवयस्क 'भीमी' चे दुःख झेलणारी आहे. या दोघी समवयस्क आहेत. मात्र सततच्या काबाडकष्टाने भीमा लहान वयात झालेल्या लग्नामुळे पिचून गेली आहे. तर रखमा तालुक्याला हॉस्टेलमध्ये राहून डी. एड्. झालेली आहे. या गावात भीषण पाणीटंचाई आहे. या दोघीजणी भर उन्हात चंपकशेठच्या मळ्यातील पाण्याच्या विहिरीकडे जातात. साऱ्या गावात पाणीटंचाई असताना पाणीचोर चंपकशेठने ओढ्याच्या पात्रात विहीर खोदली आहे. कुंपण घालून मळा पिकविला आहे. दलितांची वाट बंद केली आहे. मात्र रखमा भर दुपारी जेव्हा विहिरीकडे वळते तेव्हा चंपकशेठचा दलपत हा वासनांध मुलगा तिला आपल्या कवळ्यात घ्यायला धजतो. ती त्यातून आपली सुटका करून घेते व याविरुद्ध आवाज उठवते. पैशाचा माज असणाऱ्या व गावाच्या जीवनमरणाशी खेळणाऱ्या शेठची विहीर गावासाठी खुली होते. भीमा ही सोशिक, असाहाय्य, दुबळी तर रखमा ही बंडखोर स्त्री आहे. मात्र दलित जातीतील स्त्रीची वेदना मात्र ठसठसती आहे.

६) सहावी आसरा : सारजा

दुष्काळाने श्रीमंतांचाही कणा मोडला तसाच सर्वसामान्यांचा कणा खिळखिळा केला. 'जगण्याची हमी' या कथेतील सारजाच्या वाट्यास येणारा दुःखाचा जो भोगवटा आहे तो सुन्न करणारा आहे. पैशावरून सतत मारझोड करणारा तिचा नवरा नुकताच आकस्मिकपणे पोलीस पाटील झाला आहे. एकतर 'ती' घरच्या गरिबीने त्रस्त आहे, 'तो' नाही. त्याला रोजगार हमीसारखी हलकीफुलकी कामं करणं म्हणजे त्याच्या पोलीस पाटील या पद-प्रतिष्ठेला बाधा ठरतं आहे. तो जेव्हा पोलीसपार्टीत असताना चैनीत जगायचा, दारू प्यायचा. तो तिला हे काम सोडून टाकण्यास सांगतो. मग पोराबाळाचं हाल होतील असं ती सांगते. त्याचा स्वाभिमान डिवचला जातो व तो मारहाण करतो. निरक्षर सारजा तो मार सहन करते. पण तिचं स्वगत मात्र चिंतनास भाग पाडते. ती म्हणते, "आपून सारीजणं काम करतो, बाप्पा गड्याइतकं कमावतो.... कितीतरी घरं पायलेत, जिथं बाप्पा गडी काम नाही करत बाईच करते. तिला गडीमानूस मारहाण करतो. कशाच्या जोरावर? कमावून आणतो तो खरा मरद गडी. इथं तर त्या बाईस्नी मर्द म्हनायला हवं."

७) सातवी आसरा : प्रज्ञा

कथासंग्रहातील शीर्षक ही कथेची नायिका. अतिशय व्यापक कालतत्त्वाचा परीघ या कथेला लाभलेला आहे (यावर कोल्हापूरच्या तरुणांनी एक एकांकिकाही निर्माण

केली होती), अस्वस्थ करणारा, मन विदीर्ण करणारा, भिडणारा अनुभव या कथेत आला आहे. कथेची नायिका प्रज्ञा आहे. तिची रमावहिनी रखरखत्या उन्हात प्रसववेदना सोसत आहे. तिचा तापही वाढत चालला आहे. सोजरमावशी या सुईणीने बादलीभर पाणी तिला हवे आहे असे सांगितले आहे. उन्हाच्या विखारी झळा वाढतच चालल्या आहेत. पाण्याच्या टँकरचा अजूनही पत्ता नाहीए. प्रज्ञा ही जात्याच हुशार आहे. म्हणून तर तिच्या बोलण्यामुळे निदान तिच्या वाडीपर्यंत कच्चा रस्ता तरी झालेला आहे. जातीमुळं गावकुसाबाहेरचं हे जिणं आहे. अखेर तिला टँकर दिसतो. ती रणरणत्या उन्हात पळत जाते. मात्र हब्राहिम ड्रायव्हर गेले कित्येक दिवस तिच्यावर नजर रोखून आहे. तो तिला कुस्करण्याची संधी शोधतो आहे. ती संधी त्याला आज चालून आली आहे. तिच्या अगतिकतेचा तो फायदा उठवतो. सर्वस्वी ही दहा मिनिटे घातचक्राची मिरासदारी ठरतात. अखेर ती टँकरमधून तांड्यावर येते, पाणी भरून घराकडे जाते. सोजरमावशीचा चेहरा वाचून ती तिच्या तोंडून हकिकत ऐकते. रमाचा ताप वाढून तिला वाताचे झटके येतात व ती जाते. आणि काही क्षणातच बाळही तापाने मरतो. एका प्रचंड कोलाहलाचे घनव्याकूळ दुःखद तळ आपल्यात सामावून घेणारी ही कथा आहे. प्रज्ञाचा अगतिक, असाहाय्य, आणि ममताळू कनवाळू चेहरा दाखविणारी कथा आहे. प्रज्ञा ही बुद्धीचे, कारुण्याचे रूप आहे.

।।६।।

एकूणच श्री. लक्ष्मीकांत देशमुख यांच्या कथांमधील स्त्रीरूपाचा हा अल्पसा आढावा. सबंध भारतीय परंपरेतील स्त्रीचा समाजातील भूमिकेचा विशाल पट भांडणारी त्यांची कथा आहे. मनोविश्लेषणपर, पण एकाच एककाचे / अंगाचे चौफेर भान त्यांच्या कथेला आहे. चित्रदर्शी शब्दकळा व नाट्यात्मक अभिव्यक्तीने युक्त ही कथा आकस्मिक कलाटणी घेते. स्त्रीकडे पाहण्याच्या परंपरागत दृष्टिकोनाचा अव्हेर करून स्वतंत्र बाण्याच्या स्त्री व्यक्तिरेखा, स्त्रीविश्व उभे करणे हे देशमुख यांच्या कथेचे बलस्थान म्हणता येईल. अनेककेंद्री प्रगल्भ जाणिवांनी युक्त अशी ही मुक्त कथा स्त्रीरूपे रेखाटली आहेत. मांडणी स्वप्नवत भासली तरी समृद्ध अनुभवविश्व लाभले आहे.

उदात्त आणि उन्नत, विचारशील, संस्कारशील ही स्त्री त्यांच्या कथेत आढळते. त्यांची कथा अनुभवदृष्ट्या आजच्या मराठी कथेच्या पुढे गेली आहे. श्री. देशमुख यांच्या कथेबाबत एक ठाम विधान करता येईल ते म्हणजे, आपल्या आमूलाग्र वैशिष्ट्यांनी श्री. देशमुख यांच्या कथेने मराठीचे कथादालन समृद्ध केले आहे. वेगळ्या अनुभवविश्वाची जाणीव ही मराठीत कथा विश्वाला पुढे नेणारी ठरली आहे.

श्री. लक्ष्मीकांत देशमुख यांच्या कथेचे आगळे वैशिष्ट्य म्हणजे एखादी सामाजिक समस्या घेऊन त्याभोवती कथा गुंफणे. पण त्या कथांचा विषय हा गंभीर आणि एकूणच वाङ्मयव्यवहाराला महत्त्वाचा ठरावा असा असतो. आजवरच्या कथालेखनात त्यांनी पाणी टंचाईवर आधारलेल्या तहानले महाराष्ट्राच्या कथा (पाणी), खेळ व खेळाडूंच्या विश्वाचे दर्शन घडविणाऱ्या कथा (नंबर वन) आणि स्त्रीभ्रूणहत्या या सामाजिक प्रश्नावरील (सावित्रीच्या गर्भात मारलेल्या लेकी) अशा एकेका सामाजिक प्रश्नांवर विविध कथा रेखाटल्या आहेत. या सर्व विषयसूत्रांना 'थीम बेस्ड कथा' हा शब्दप्रयोग योजलेला आहे. 'सावित्रीच्या गर्भात मारलेल्या लेकी' हा असाच एक स्त्रीभ्रूणहत्या हा विषय मांडणारा थीम बेस्ड कथासंग्रह आहे. संपूर्ण भारतीय परंपरेचा विचार केला असता कुटुंबव्यवस्थेमध्ये स्त्रीला हे दुय्यम स्थान दिलेले आढळते. त्यातही कुलदीपक (वंशाला दिवा) म्हणून 'मुलगाच हवा' हा अट्टाहास पोसला जातो. आणि त्याचे परिणामकारक रूप म्हणजे गर्भजल परीक्षा (चाचणी) घेऊन लिंगनिश्चिती केली जाते. आणि स्त्रीभ्रूण आढळून आले तर त्याची हत्या केली जाते. ही घटत्या बालिका दराची समस्या भविष्यातील मोठ्या अनर्थाची भयघंटा आहे. या प्रश्नामुळे व्यथित झाल्याने श्री. देशमुख यांनी एकाच विषयावर प्रथमपुरुषी निवेदनपद्धती तंत्रामधील वेगवेगळ्या आठ कथा लिहिल्या आहेत. या सामाजिक कुप्रथेला (मानसिकतेला) जाणीव जागृतीचा विचार दिला आहे. हे विचार फक्त कथेतून व्यक्त केले नाहीत तर स्वत: कोल्हापूरमध्ये जिल्हाधिकारी (२००९) असताना 'कन्या वाचवा अभियान' राबवले व त्याचे पडसाद तत्काळ उमटले. एक समाजपरिवर्तनाचा / जागृतीचा विचार कृतीतून लेखनात उतरवला व या दाहक प्रश्नावर तोडगा शोधला. आणि त्याच विचारांचा आविष्कार म्हणजे या संग्रहातील या कथा होत.

वास्तवतेचा मुक्त ललित दस्तऐवज या कथेतून साकारला आहे. या प्रत्येक कथेतील स्त्रीला एक स्वत:चा चेहरा आहे. स्वत:ची अस्मिता जागी झालेली ही स्त्रीरूपे होत. या एकूण पर्यावरणाचा विचार या कथेतील मुख्य संलग्न असा वस्तुनिर्देश आहे. 'माधुरी व मधुबाला' ते 'सावित्रीच्या गर्भात...' पर्यंतच्या आठ कथांमधील स्त्रीचित्रण हे विवेकजागृतीचे नवे रूप असल्याचा निर्वाळा देता येतो. एका समंजस विचारसंकरातून या स्त्रिया बोलत आहेत. त्यांची विरुद्ध बाजूही पुरुषी खलत्वाला मानदंड देणारी नाही तरी एका समंजसाचे, दर्शनाचे भान आहे. तिला तिचा असा तिच्या विचारांचा, अस्मितेचा अर्थ उमगला आहे. मात्र एवढे खरे असले तरी ती कोणा एका पुरुषी मानसिकतेचा अंकुश माथ्यावर वागवणारी आहे. त्यास बळी पडणारी आहे. तिच्या मनाविरुद्ध ती भ्रूणहत्येसाठी तयार होत आहे. यात विविध स्तरातील स्त्रिया समाविष्ट आहेत. त्या निरक्षर आहेत असेही नाही तर चांगल्या

सुशिक्षित गृहिणी आहेत, स्वत: स्वतंत्र नोकरी करणाऱ्या आहेत. स्वत:चे मनस्वी भावपण जपता जपता विशेषत्वाने आधुनिक जीवनशैलीने, यंत्रसुलभतेने त्या दु:खार्द अनुभूतीच्या बळी ठरतात.

पहिल्या 'माधुरी व मधुबाला' या कथेतील सरिता ही एका ममताळू नायकाची पत्नी आहे. मित्राच्या सल्ल्याने तो लिंगनिदानाची चाचणी करून घेतो. पण या घटनेवर पडदा म्हणून की काय पुढे सरिता रक्तस्रावामुळे अपुऱ्या दिवसाची बाळंत होते. तेव्हा बेबी कमी वजनाची जन्मल्यामुळे तिला इनक्युबेटरमध्ये ठेवावी लागली आहे. मला तिला एकदा पाहू द्या अशी म्हणते. हा तिचा भ्रम बळावतो तेव्हा बालसंकुलातील एक गोंडस मुलगी तिचा पती दत्तक घेऊन येतो. सरिता तिचा स्वीकार करते. हा सामाजिकतेचा धागा अतूट वाटतो. 'इमोशनल अत्याचार'मधील आशा या शिक्षिकेचे निर्भय रूप प्रकटले आहे. ती स्वत: नोकरी करून पहिल्या जुळ्या (आवळ्याजवळ्या) मुलींची घडण करते आहे. परंतु एकेकाळी पती असूनही प्रियकरासारखा वागणारा तिचा मिलिंद आपल्या कोकणातील गावी जाऊन आल्यापासून जुन्या रुढीप्रियतेमुळे बिथरला आहे व त्यालाही मुलगाच हवा आहे. त्यावेळी जुळ्या इशा-निशा यांच्या भावनांचा वापर केला जातो. दुसऱ्यांदा गर्भार आशावर भावनिक अत्याचार केले जातात. त्यातूनही ती धीर धरते. परंतु इशा स्वाईन प्लूने जेव्हा गंभीर आजारी पडते तेव्हा या परिस्थितीचा फायदा घेऊन तिचा गर्भपात घडवला जातो. त्यानंतर ती 'तो भ्रूण नवऱ्यासमक्ष दाखवा' म्हणते. हा आपण खूनच केलाय असे नवऱ्याला वाटते. नेमके त्याचवेळी डॉक्टर, 'गर्भपात करताना दिसून आलं की, तुमच्या मिसेसच्या फॅलोपाईन ट्यूब्स फार कमजोर झाल्या आहेत. तुम्हाला यापुढे कदाचित, कदाचित मूल होऊ शकणार नाही' (पृ. ३९) या घटनेने मिलिंद हतबुद्ध होतो. तो मुलींना सोनपऱ्या मानू लागतो. आणि रात्री बेडरूममध्ये जेव्हा येतो तेव्हा डबल बेडच्या जागी दोन सिंगल बेड पाहून प्रश्नांकित होतो. तेव्हा ती म्हणते, 'माझ्यातली पत्नी परवा रात्रीच गर्भपात करताना संपली. आता केवळ मी इशा-निशाची आई आहे.' (पृ. ४८). समस्त पुरुषी मानसिकतेला जोरदार चपराक बसावी असे हे विधान स्त्रीच्या बदलत्या बंडखोर मानसिकतेचे, प्रगल्भ विचाराचे, धडाडीचे निशाण आहे. हे महत्त्वाचे होय.

तपशीलांच्या रूपाने वेगळ्या आवर्तनाचा वेध घेणारी ही कथा नेमक्या प्रवाहाचे सैद्धान्तिक रूप दर्शविते. 'पोलिटिकल हेअर' मधील सुप्रिया ही विद्यार्थिनी असणारी मुलगी आजच्या वर्तमानाचे तेजस रूप आहे. आत्मनिर्भर आहे. तिच्या वडिलांना आपला राजकीय वारसा जपण्यासाठी वारसदार म्हणून मुलगाच हवा असतो. त्यामुळे आपल्या मम्मी (आई) वरील अत्याचार ती पाहते आणि शेवटी

धाडसाने पप्पांना खडे बोल सुनावते - ही बदलती भूमिका खचितच उचित आहे. संग्रहातील 'लंगडा बाळकृष्ण' ही खरी अस्वस्थ करणारी, घटना-प्रसंगांचा व्यापक उच्चतम परिणामबिंदू साधणारी कथा होय. नियतीतत्त्वाचे काही कालअंश या कथेच्या अंतरंगात आढळतात. या कथेतील 'आई' सोज्वळ माता आहे. नवऱ्याच्या कर्तबगारीवर (?) खूश होऊन ती वावरते आहे. तिला कशाची ददात नाही. बाळंतपणानंतर ती नव्या घरात राहायला येते व त्याच दिवशी लहान बाळाला घेऊन नवऱ्यास आश्चर्यमुग्ध करावे म्हणून त्याच्या दवाखान्यात जाते. पण तिथे वेगळेच नियतीनाट्य घडते. नवऱ्याने ज्या स्त्री भ्रूणांची हत्या केल्यानंतर ते भ्रूण खाण्यासाठी दोन हॉऊंड जातीची कुत्री ठेवलेली होती ती कुत्रीच या निरापराध नवजात बाळास (डॉक्टरच्याच) धरतात. त्याच्या पायाचा लचकाच तोडतात. या प्रसंगाने सुखदा (नवऱ्याने ठेवलेले एकांतातील नाव) हादरून जाते. कानकोंडी होते. एका सुखासीन मातेचे विदीर्ण रूप या कथेत साधले आहे. 'जे परा ते येई घरा' याची प्रस्तावना ठरणारी ही कथा दुःखाचे, भयकारी रूपाचे दर्शन घडविते.

'ऑपरेशन जिनोसाईड' सारख्या कथेत अंतर्विरोधी स्त्री मानसिकतेचे चित्रण आले आहे. यात गर्भपात करण्यासाठी आलेल्या स्त्रिया आहेत. तोळामासा प्रकृती असूनही गर्भधारणा सोसणाऱ्या नि संसारात ससेहोलपट झालेल्या स्त्रियांचे विश्व उभारले आहे. यामधील एका स्त्रीचा भ्रूण मुलाचा निघतो. ते समजताच ती स्त्री बेभान होते. मात्र दुसऱ्या क्षणी सारवासारव करून ती खूश राहते. ते माझी कूस स्त्रीलाच नाहीतर पुरुषालासुद्धा उपजवू शकते या आत्मगंडाने ती सुखावते. याच कथेत स्त्रीभ्रूणहत्येसाठी आपल्या नवऱ्यांना साहाय्य करणाऱ्या महिला डॉक्टर सुद्धा येतात. या घटनेचा निषेध म्हणून खबरीलालची बायको - नंदा ही त्या स्त्री डॉक्टरांचा मोर्चात खरपूस समाचार घेते नि भावनेच्या भरात, 'त्या डॉक्टर निपुत्रिक राहतील - वांझ राहतील - वांझ' हा शाप जाहिररीत्या देते. हा मात्र स्त्रीत्वाचा अपमान वाटतो. तर दुसरी ज्योती मराठे ही तडफदार तहसीलदार स्त्रीसुद्धा या मोहिमेत सहभागी होते.

या घटत्या मुलींच्या संख्येने भावी समाजावर कोणते आघात होतील, त्या भयावह परिस्थितीचे चित्रण या कथांमध्ये आले आहे. 'केस स्टडीज' मधील कांद्या-पोह्यांची सेंचुरी करणाऱ्या नीरास एकूण ९९ स्थळांनी नाकारले आहे. मात्र १०० व्या वेळी मात्र मनाविरुद्ध मुलगा असूनही ती त्याला पसंत करते व बापाला 'माझं त्या माणसाशी लग्न होत नाहीय तर माझ्यावर बलात्कार करायला तुम्ही लग्नाच्या नावावर परवानगी देताय' अस सुनावते. तर १९९१, २००१ आणि २०११ या जनगणणावर्षातील घटत्या बालिकादराचे चित्र अधोरेखित केले गेले

आहे. या संग्रहातील शेवटची 'सावित्रीच्या गर्भात...' ही शीर्षककथेतील त्या मुलीचे आत्मवृत्त मात्र डोळ्यांत झणझणीत अंजन घालणारे आहे. सुंदर मुलगी म्हणजे बापाला धोंड असते. ज्या मुली नको असतात त्यांना 'नकोशी' हे नाव दिले जाते. हे आपल्या समाजाचे कोणते प्रगत लक्षण म्हणावयाचे? कोणती स्त्रीदक्षिण्याची भूमिका म्हणावयाची? अशा अनेक प्रश्नांनी हा संग्रह स्त्रीचित्रण करतो.

समर्थ आविष्कारतंत्रासह 'लंगडा बाळकृष्ण', 'ऑपरेशन जिनोसाईट' व 'सावित्रीच्या गर्भात मारलेल्या लेकी' या, कथासंग्रहातील या कथा स्त्रीचित्रणाचे व्यापकविश्व उभारतात तसेच याच संग्रहातील परिशिष्टांचे तपशील एका भीषण सामाजिक समस्येचा दस्तऐवज ठरावेत इतके महत्त्वाचे आहेत. एका कृतिप्रवण अधिकाऱ्याने ज्या सामाजिक प्रश्नांची सोडवणूक ज्या पोटतिडिकेने केली आहे त्या सर्व प्रयत्नांचा आविष्कार म्हणजे या कथा होत. मराठी कथापरंपरेत वेगळ्या स्त्री चित्रणाचे आगळे परिमाण साधणारा हा कथासंग्रह आहे. तो घटत्या बालिका दराचे सुन्न चित्र रेखाटणारा आहे.

❑

ग्रामीण वर्तमानाच्या कथा

ना. धों. महानोर

अर्वाचीन मराठी साहित्यात गेल्या शंभर सव्वाशे वर्षांच्या इतिहासावर नवनवे विषय, माणसामाणसांचे संबंध, प्रेम, दु:ख, राष्ट्रीय भावनेने, ध्येयवादाने आलेलं साहित्य, दु:खाचा आगडोंब आणि सुंदर असं हिरवं संपन्न जग खूप आलं. कथा, कविता, कादंबरी, ललित लेखन, नाटक आणि त्याची समीक्षा खूप खूप मराठी साहित्य व शाखा समाजासाठी देऊन गेली. दर एक पंचवीस वर्षांनी बदल नवं होत जाणारं साहित्य, परिवर्तन - होणारी शहरांकडून शिक्षणानं थेट खेड्याकडे आलं. जे जीवन खेडी - शेतीवाडी, दुष्काळ, पाणी आणि तिथल्या माणसांची व्यवस्थेची होणारी फरफट भक्कम व चांगल्या कसदार वाणानं उभी राहिली. अगदी वाड्यावस्ती, खेड्यातला, त्याच्या भवतालचा लेखक त्या जीवनाचं वास्तव साहित्यातून अधोरेखित करीत राहिला. मराठी साहित्यातील सगळ्यातच वाङ्मय हे ठळकपणानं व असामान्य प्रतिभेनं उभं राहिलं. या लेखकांच्या साहित्यानं खेड्यांसह शहरातील लेखकसुद्धा चकित झाला. तो ते वाचकांना आणि उघड्या डोळ्यांनी ते जग पाहतांना प्रसन्न झाला. खूप दु:खीही झाला. आपल्याला या कृषी केंद्रित खेड्यांच्या विशेषत: दु:खाला काही आधार देता येईल का? सामाजिक संस्थामार्फत शासनाकडून काही प्रमाणात दु:खाचं सावट निपटता येईल का? म्हणून कात टाकून उभाही ठाकला हे मी पाहतो आहे. र. वा. दिघे पाणकळा 'पड रे पाण्या', व्यंकटेश माडगूळकरांचं बनगरवाडी माणदेशी माणसं व एकूण साहित्य, शंकर पाटलांचं टारफुला आणि मनाला उद्ध्वस्त करणाऱ्या भुजंग - वेणा सारख्या कथा, उद्धव शेळके यांच्या धग - शिळात कथा कादंबरी, शंकरराव खरात यांचे लेखन अशी पंचवीस तीस तरी नावं घेता येतील, त्यांच्या ग्रामीण जीवनाच्या थेट तळाला हात घालून लेखनातून समाजासमोर उभं केले. विशेषत: या तीस पस्तीस वर्षांच्या काळात हे अधिक तीव्रतेनं, डोळसपणानं नव्या लेखनामधून दिसून येते. प्रत्यक्ष त्या जीवनाचा सांधा त्याच्या सुख दु:खाचा पीळ यात

एकरूप असलेल्या ज्या लेखकांनी समर्थपणानं लेखन केलं, करताहेत त्यातलं एक नाव म्हणजे लक्ष्मीकांत देशमुख. मराठवाड्यातले असल्यानं इथल्या मागासलेल्या दुर्बल प्रदेशातलं खेड्याचं दु:ख त्यांनी प्रत्यक्ष पाहिलं भोगलं हे जसं खरं आहे तसंच प्रशासकीय सेवेत प्रांताधिकारी - जिल्हाधिकारी अशा पदांवर काम करताना अधिकाधिक जवळून पाहिलं. त्यांच्या सुखदु:खाचे वाटेकरी होता आलं तसे निर्णय शासनात घ्यायला आपली एक ओंजळ टाकली. प्रत्यक्ष सहभाग दिला. लेखनातून हे अस्वस्थ करणारं वास्तव त्यांनी आपल्या लेखनाला, मराठीला दिलं. त्यातले बारीकसारीक संदर्भ, भेदक वास्तवाची नग्नता, नीति-अनीति, पापपुण्य, भ्रष्टाचार या सगळ्यांना तिलांजली देऊन बेधडक शहाजोगपणानं चाललेलं राजकारण हे सगळं लक्ष्मीकांत यांच्या लेखनाचं शक्तिस्थान आहे. खेडी, तिथला समाज, ज्यावर संबंध राज्य देश उभा आहे ती शेतीवाडी, तिथली विकल माणसं देशोधडीला लागली. शहरांकडे घाणीत राहू लागली. हे वास्तव चीड आणणारं आहे. राजकीय सत्ता व त्यासाठीची साठेमारी करणारे बहुसंख्य नेते वगैरे कुठे आहेत? काय करताहेत? श्रीमंत धनदांडग्यांचं, हे राजकारण्याचं, हे खेडी - शेतीवाडी - पाणी याकडे दुर्बिणीतून पाहाणे असं पार पथ्थराच्या काळजाचं होऊ घातलं आहे असं या 'पाणी' कथा वाचताना आपल्या लक्षात येतं. कोरडीची बहुसंख्य बंजर जमीन कधीच शेतकऱ्यांना, त्यांच्या जीवनाला आधार देऊ शकत नाही. थोडंतरी शेतीला पाणी, पिण्याचं पाणी असलं तरच खेडी जगतील असं खुद्द शिवाजी महाराजांनी सुपा परगण्यात दुष्काळात सांगितलेलं होतं, व जास्तीत जास्त पैसा 'मोटस्थळ' व 'पाटस्थळ' पाणी निर्माण करण्यासाठीच निर्णय घेतले. नुसते घेतले नाही तर त्याला अग्रक्रम दिला हा इतिहास आहे तीच गोष्ट १९८३ ला ठोसपणानं या दैन्यदारिद्र्याचं वर्णन करून ठोस नवी चांगली उपाय योजना शासनाला सांगून 'शेतकऱ्याचा आसूड' महात्मा जोतिबा फुले यांनी अथक प्रयत्न केले. त्यासाठी खूप काही सोसले. त्यांचं आम्ही राज्यकर्ते त्या भोवती फिरपाट फक्त कारणपरत्वे नाव घेतो. सोयीस्कर प्रत्यक्ष करतो किती याचा हिशोब हवा. कमाल जमीन धारणेचा कायदा पहिल्यांदा १९५८ - ६० ला आला. दुसरा १९७५ ला आला. हा चांगला निर्णय मोठ्या जमीनदारांची जमीन वाचवताना, अनेक खोट्या करताना भ्रष्टाचार व लबाडी शिगेला पोहोचली. बड्यांची जमीन वाचवण्यासाठी जागाबदल, सर्वेबदल. मग समोरचा सामान्य शेतकरी, कष्टकरी, लहान शेतकरी, दलित लढवय्या फौजी आसला तरी पुढारी व शासकीय अधिकारी त्याकडे संपूर्ण दुर्लक्ष करून अन्याय करतात, हे मी स्वत: या कमाल धारणेच्या ट्रिब्यूनलमध्ये समितीचा अध्यक्ष होतो तेव्हा उघड्या डोळ्यांनी पाहिले. खूप झगडलोही. ही स्वातंत्र्यातील हुकूमशाही निझामी व सरळ सरळ अन्याय्य. 'लढवय्या' मध्ये महादू कांबळेच्या

दु:खाच्या आणि भावनेने आपल्याला छिन्न भिन्न करते. भारत सरकारच्या, विशेष म्हणजे 'महाराष्ट्र शासनाच्या' अनेक योजना दुष्काळ - शेती - पाणी - फलोद्यान - पर्यावरण - पाटबंधारे - लहान पाझर तलाव - शेततळी ह्यासाठी भक्कम निर्णय व पैसा उभा करून दिला पण ती कालबह्य व त्या त्या गरजांसाठी नीट उभी राहिलेली नाही. खूप दिलंय व शासकीय लालफितीच्या व क्रूरद्याच्या बंधनात अजूनहि; आहे म्हणून मरतांना पाणी द्यायचं - जिवंत असताना नाही असं योजनांचं चाललेले आहे. विकास आणि प्रगती कशी होऊ शकते. ते तुम्ही बदलवू शकता. रोजगार हमीच्या अतिशय चांगल्या निर्णयाचा गोंधळ झाला पण रेंगाळत व भ्रष्टाचारानं पार वेढलेल्या व्यवस्थेनं या योजनेचा बोजवारा उडविला. इथे रोज आशाळभूत नजरेनं उभा असलेला दीनदुबळा समाज त्याची कशी परवड झाली, होत आहे, चांगल्या योजनेचा बट्याबोळ करताना कोण कोण महाभाग त्याचे सारथी आहेत हे 'भूकबळी' सारख्या कथेतून वाचकांना अवस्थ करीत चीड आणतं. ''पण आम्ही एवढे बथ्थड निर्ढावलेले आहोत की आमचा कोणही बाल वाकडा करू शकत नाही.'' अशी यातली मुजोर व्यवस्था 'एक गाव एक पाणवठा' हे अत्यंत कळकळीनं असं सामाजिक ध्येयवादानं आयुष्यभर त्यात एकरूप असलेले समाज सेवक श्री. बाबा आढाव. या पुस्तकाला पस्तीसपेक्षा अधिक वर्षे झाली. त्यांची वाहवा करतात पण प्रत्यक्ष जातीजातीत फूट पाडून दलित यांना पाणवठ्यापासून तर सर्वच महत्त्वाच्या गोष्टींपासून सुदूर ठेवणारी ई. नीति म्हणजे 'कंडम' कथा. दुष्काळात पाण्याची विहीर ग्रहण करताना, संपूर्ण खेडं पाण्याविना मरताना आणि श्रीमंतांच्या विहिरीला कुठला न्याय? वरपर्यंत नाते-गोते संबंध, राजकीय संबंध व निवडणुकीच्या मतांसाठी लाचार असलेले पक्षापक्षाचे नेते राज्यकर्ते. त्यांना हात लावायचा नाही. मग उरतात ते सामान्य, विकल. त्याचं सत्यसुद्धा कोणी थोडंही ऐकायला तयार नाहीत. त्यातही धनसंपत्ती, राजकारण व श्रीमंताच्या मूर्ख मुलाच्या मनातील कामवासना. अगदी नग्न असं वास्तव. याला थोपविणं उलट त्याच्या दारी उष्टावळ्या वेचणारे आहेत. दुष्काळानिमित्त मोठ्या नेत्यानं, आमदार मंत्र्यांनी मुंबईच्या 'पत्रकारांचा दौरा मी' वाचला. आपणही वाचा. मी तर हे विधान परिषदेत बारा वर्षे आमदार असताना अधिक जवळून महाराष्ट्रात पाहिलेलं आहे. 'प्रवीण' सारखा पत्रकार, त्याची अस्वस्थता, मेंदूला सुन्न करणारे आघात मी अनेक जागरूक चांगल्या पत्रकारांचे, काही संपादकांचे पाहिलेले आहे. त्यांची चीड, वज्रमूठ लेखणी काही तरी नक्कीच बदलवू शकते ते कुठे बांधले गेलेत. त्यांच्या हाती बेड्या आहेत. ते झोकून देऊन कसं जगता येईल हा सामान्य गरीब पत्रकारितेचा प्रश्न आहे ते मी पाहिलेलं आहे. असं जखडबंड करणाऱ्या व्यवस्थेचं वर्तुळ एक-दुसऱ्यात गुंतलेला या कथांमधून लक्ष्मीकांत यांनी आत्मीय भावनेनं व घट्टलेखणीनं उभं केलेलं आहे. 'अलनूर' सारखी

कथा कितीतरी प्रश्नांना पुन्हा उभी करून जातीपाती राजकारण, केवळ पैसा म्हणजे पैसा, कशा विकृतपणानं चाललेलं आहे हे सांगते. 'मेलेल्याच्या टाळूवरचं लोणी खाणं', अशी म्हण आहे. 'जिवंत माणसांना मरणदारी उभं करून लोणी खाणं' असं इथे आहे. राजकीय पक्षापक्षातल्या किती पुरोगामी - प्रतिगामी - परिवर्तनवादी अशा घट्ट भिंती एकसंध हा देश अशा कण्याकण्यांनी चिरून जातो आहे आणि म्हणूनच विकल होतो आहे याची कोणालाही खंत नाही. विकासाची खरी किल्ली व त्याला पुढे छेदून जाणं हे राज्यकर्त्यांच्या पेक्षाही दीर्घकाळ त्या सेवेत असणाऱ्या निष्ठांवत चांगल्या अधिकाऱ्यांच्या हाती आहे असं माझं मत आहे. जिल्हाधिकारी भावे व त्यासारखे अनेक अधिकारी तालुक्यापासून मंत्रालयापर्यंत मी जवळून पाहिले. त्यांचं कथेतल्यासारखं झाल्यावर किंवा त्यापेक्षाही भयानक शिक्षा त्यांना दिलेली मी पाहिली. विकास कामं सोडाच पण ही दुःखाची कुरतड पार भेदून टाकणारी खेडी, तिथला माणूस हा निष्पर्ण झाडासारखा उभा आहे. असं हे सत्य व वास्तव. अमीनचं दुःख, प्रज्ञाचं दुःख हे हृदयाला तडे पाडणारं आहे. आणि ते वाढतच चाललेलं. अमीनाची मुलं, प्रज्ञाची वहिनीसाठीची धडपड व अतिशय बोंगळ सोसणं हा कुठला समाज व स्वातंत्र्य? 'दुष्काळ आणि पाणी' तिथली शेतीवाडी आणि समाज पायगुणामुळे असं म्हटलं तरी खेड्यात अजूनहि भूगर्भ पाणी, वनस्पती आणि खूप काही चांगलं विज्ञान अडाणी म्हणवणाऱ्या खेड्यातल्या माणसांजवळ आहे. हे मीही पाहतो आहे. कंडममध्ये खडकातून निर्माण झालेलं पाणी हे शास्त्र थोडंबहुत नीट माहीत असलेले आहे. पाण्याचं नवं तंत्रज्ञान भूगर्भ यासह खेड्यातल्या जी थोडी अशी माणसं आहेत त्यांना घेऊन नक्कीच काही करता येईल, पण ते सातत्यानं होत नाही आणि पाणीप्रश्न सुटत नाही असं चक्र आहे.

लक्ष्मीकांत देशमुख यांच्या या कथासंग्रहात, शेती, शेतकरी, पाणी टंचाई, गावगाडा आणि शासकीय यंत्रणेसंबंधी परवडीच्या कथा आहेत. आज उजाड होत चाललेली खेडी आणि तिथलं माणसांचं जिकिरीचं जगणं लेखकानं विविध कथांमधून समर्थपणे मांडलेलं आहे. आज पाणी प्रश्नानं सगळ्यांची झोप उडविलेली आहे. अशा वेळी श्रीमंत धनदांडग्यांनी गरिबांचे पाणी पळवणे, फळबाग योजनेचा मलिदा काहींच्याच पदरी पडणे, रोजगार हमी योजनेत घाम गाळणाऱ्या स्त्री जातीची होणारी घुसमट, भूकबळी झालेल्या ठकूबाईंना कागदपत्राच्या आधारे आजारी ठरविणे - सर्वच मार्गांनी पैसा कमवण्याची, सर्व क्षेत्रातल्या बहुसंख्य माणसांना नशा. दोन घोट पाण्यासाठी म्हातारीला जीव गमवावा लागणे; पाण्यापेक्षाही गावाच्या आरोग्याची परवड होणे, आणि सर्वच क्षेत्रातल्या ध्येयवाद्याची आज होणारी गोची, हे एक समान कथासूत्र लेखक विविध कथावृत्त सांगतो आहे.

एका अर्थाने ही आजच्या ग्रामीण भागाच्या वर्तमानाची कथा आहे. सर्वच बिघडत चाललेल्या परिस्थितीमध्येही काही ध्येयाची हिरवळी बेटंही आहेत. आणि हेच समाजजीवनाला जिवंत ठेवण्याचे काम करीत असतात. हे जीवनमूल्य हे लक्ष्मीकांत देशमुखांच्या कथा संग्रहाचे वेगळेपण आहे.

पाणी पाणी पाणी आणि पाणी पाणी पाणी
पाण्याविना दाही दिशा आम्ही अनवाणी.

❑

पाण्यावाचून दाही दिशा - सुन्न करणारा अनुभव

शंकर सारडा

'उदक' ('पाणी! पाणी!' या नावाने दुसरी आवृत्ती) हा श्री. लक्ष्मीकांत देशमुख यांचा चौदा कथांचा संग्रह. उपजिल्हाधिकारी म्हणून शासनाचा विपुल अनुभव त्यांच्या गाठीशी जमा आहे. त्या अनुभवांची सामग्री त्यांच्या लेखनाला वेगवेगळे विषय पुरवते. एवढेच नव्हे, तर त्यांच्या आशयद्रव्याची विश्वासार्हता वाढवते.

'उदक' या नव्या पुस्तकातील बहुतेक कथांमध्येही शासनातील वेगवेगळ्या खात्यांमधील आणि शासकीय अधिकाऱ्यांच्या मानसिकतेमधील भिन्नतेची अनेकानेक उदाहरणे दिसतात. शासनयंत्रणेचे काम कसे चालते, मनात आणले तर एखाद्या कामात कोणीही कसे कोलदांडे घालू शकते, मूळ धोरणाचे धिंडवडे काढण्यात काही अधिकारी आपली बुद्धी व तर्कशक्ती कशी वापरतात, सरकारी कागदपत्रं कशी हवी तशी रंगवली जातात, सत्याला असत्य आणि असत्याला सत्य ठरविण्याची किमया त्यांना कशी साध्य असते, भ्रष्टाचार हाच शासनयंत्रणेचा परवलीचा शब्द म्हणून कसा काम करतो- याबद्दलचे या कथांमधून येणारे तपशील हे या कथांना एक सामाजिक व नैतिक परिमाण देऊन त्यांची आवाहकता वाढतात.

या संग्रहातील बहुतेक कथा या दुष्काळी भागातल्या पाण्याच्या समस्येशी निगडित आहेत. या दृष्टीने 'उदक' हे संग्रहाचे शीर्षकही अर्थपूर्ण आहे. 'भूकबळी', 'खडकातील पाणी' या दोन कथा खास उल्लेख कराव्यात अशा आहेत. भूक वास्तवाचे वास्तव दर्शन घडवते, तर खडकात पाणी परिकथासदृश सज्जनांवर होणाऱ्या दैवी कृपेचे. हे पाणी 'उदक' या कथासंग्रहात वेगवेगळ्या रूपांत भेटते.

उसाला दुसरी पाळी न देता आलेल्या जळलेल्या उसाच्या रूपात आणि त्यामुळे भग्न झालेल्या स्वावलंबी जीवनाच्या स्वप्नांच्या चुराड्यात.....

नळपाणीपुरवठा योजनेची संबंधितांनी वाट लावल्यावर पायऱ्यांच्या विहिरीतले

पाणी पिऊन नारूने ग्रस्त झालेल्या गावकऱ्यांच्या रूपात ...... शिवाराला घातलेल्या कुंपणामुळे चोरून पाणी न्यायला आलेल्या रखमाने तरुण दलपतच्या विळख्यातून सुटून पळून जाताना टोचलेल्या काटेरी तारेने वाहू लागलेल्या रक्ताच्या रूपात....

घरात चार बादल्या पाणी मिळणार, म्हणून टँकरपुढे लागलेल्या अगतिक बायांच्या रांगेच्या रूपात....

थोडं पाणी भरून घ्यावं म्हणून अंधारात रात्री विहीरीवर गेलेल्या आणि तिच्यात पडून मेलेल्या म्हाताऱ्या बायजाच्या फुगून आलेल्या कलेवराच्या रूपात....

नळ योजनेच्या टेंडरच्या देवाण घेवाणीच्या व्यवहाराच्या हस्तांतराच्या रूपात...

रोजगार हमीवर उन्हातान्हात राबणाऱ्या हताश स्त्री-पुरुषांच्या गळणाऱ्या घामाच्या रूपात...

मातीमोलाने विकल्या जाणाऱ्या गाईगुरांच्या गर्दीच्या रूपात आणि परदेशी निर्यात होणाऱ्या मांसाच्या फायदेशीर नोटांच्या चळतीच्या रूपात....!

पाणीचोरांची श्रीमंती

ऊस तोडणीसाठी कुटुंबकबिला सोडून सहा-सहा महिने रोज नव्या गावी जायचं आणि उसाच्या ट्रकबरोबर परत यायचं, अशा दिनक्रमाला कंटाळलेल्या महादूनं कर्ज काढून स्वत:च्या बारा एकर कोरडवाहू शेतात ऊस लावला. उसाला पाहिलं पाणी धरणातून मिळालं. पुढं पाऊस नीट झाला नाही आणि पाटबंधारे खात्याकडून दुसऱ्या पाळीचे पाणी मिळालेच नाही. सगळा ऊस वाळून गेला. पाणीपट्टीसाठी काढलेले बँकेचे कर्ज अंगावर पडले. एवढेच नव्हे, तर पोटासाठी पुन्हा उसतोडणीचा कामगार बनणे भाग पडले. जेथे ऊस पाहून त्याला वाटते की, या शेताचा मालक हा पाणीचोर आहे; त्याने आमच्या वाटणीचे पाणी चोरून आपले शेत फुलवले आहे, त्या शेताच्या मालकाच्या घरचा चहा पिणेही त्याला घृणास्पद वाटते.

'लढवय्या' या कथेतला नायकही महादेव कांबळे हा आहे, पण तो आहे सैन्यातून निवृत्त होऊन आलेला जवान. रिटायर्ड, वीरचक्रधारक माजी सैनिक म्हणून त्याला सरपंच दाजीबा पाटलाची अतिरिक्त सीलिंगची पाच एकर जमीन मिळते. तिच्यात दोन एकरांवर आंबा आणि डाळिंबाची झाडे तो लावतो. दोन फर्लांगावरून पाझर तलावातून पाणी आणून फळबाग जगवतो. दाजीबा पाटील आपली जमीन गेली, त्याबद्दल अत्यंत चिडलेला असतो. तो नाना लटपटी करून पाझर तलावाच्या नव्या अलाईनमेंटमध्ये नेमकी अशी व्यवस्था करतो की, मूळ नकाशाप्रमाणे दाजीबाची जमीन बुडणार असते, आपण लावलेली फळझाडे उत्पन्न

देण्यापूर्वीच पाण्यात जाणार, आपल्या उत्पन्नाचे साधन हिरावून घेतले जाणार, म्हणून हा जवान व्यथित होतो. तो तहसीलदाराला भेटतो. तो तहसीलदार, डेप्युटी इंजिनिअरने मूळ प्लॅनमध्ये केलेल्या बदलीची नोंद घेतो. सरपंच दाजीबाला दम भरतो. महादेववर बहिष्कार टाकणाऱ्या गावकऱ्यांना समजावतो. महादेव कलेक्टरना भेटतो. कलेक्टरही माजी मेजर असतात. ते महादेववरचा अन्याय दूर करतात. पण दाजीबा हायकोर्टकडून स्टे मिळवतो. आलेला मेजरचा आदेश फिरवतो. महादेव सुन्न होतो.

'कंडम' ही कथा एकीकडे पाण्याच्या टंचाईने गावात होणारे वाद प्रकट करते; दुसरीकडे एका दलित म्हातारीच्या मृत्यूने उडालेला गोंधळ स्पष्ट करते.

'भूकबळी' झाल्याची बातमी आल्यावर शासनयंत्रणा कशी खडबडून जागी होते, याची एक झलक 'भूकबळी' आणि 'हमी? कसली हमी?' या दोन कथांमधून दाखवण्यात येते.

वृत्तपत्रात आलेली बातमी वाचून कलेक्टर झोपेत असलेल्या तहसीलदार शिंदेना सकाळीच फोन करतात आणि ती बातमी माहीत नसलेल्या शिंद्यांची झोप खाड्कन उडते. 'दुष्काळाचे अर्थशास्त्र आणि व्यावहारिक उपाययोजना' यावर प्रबंध लिहून डॉक्टरेट मिळवण्याची उमेद धरणारे भावनाप्रधान शिंदे मग संबंधितांकडून माहिती मिळवतात. काळगाव दिघीची एक महिला ठकूबाई हिचा खरोखर भुकेने बळी पडलेला असतो. जवळ धान्याची कूपन्स व पैसे असूनही यामागची नोकरशाहीची नाठाळ आणि व्यवहारशून्य चालही अशी कागदोपत्री भरभक्कम असते की, तिच्यातून कोणावर ठपका ठेवणे शक्य होऊ नये. पत्रकार विसपुते या भूकबळीची बातमी प्रथम देतो. संबंधित ठकूबाईच्या भावाला, रघूला, साहेबांपुढे उभे करतो. कामासाठी दूरवर जावे लागते. रेशनचे दुकान लग्नामुळे बंद असते. खायला काही न मिळाल्याने ठकूबाई रस्त्यातच दम तोडते. रोजगार हमी कामाची माहिती तपासण्याची यंत्रणा नसल्याने गावात काम चालू असूनही राघूला परगावी पाठवण्यात येते. तहसीलदार शिंदे या भूकबळीला एक शासकीय अधिकारी म्हणून आपण जबाबदार आहोत, असे मानतात. त्यांच्या ऑफिसातले जुने कर्मचारी भालेराव त्यांना सांगतात, "आपण नुकतेच या खात्यात आला आहात सर! हा पहिलाच क्रायसिसचा प्रसंग आहे. पण इथं टफ झालंच पाहिजे. यानंतर कुणापुढे ठकूबाईंचा भूकबळी झाला, असं म्हणू नका. ती अतिश्रम - आजारानं मेली, असाच रिपोर्ट आपण द्यायचा. मी तो तयार करतो व तो सारे जण मान्य करतील. कोणीही आक्षेप घेणार नाही, याची मी गॅरंटी देतो."

तसा तो रिपोर्ट तयार होतो, पण शिंद्यांना तो केवळ शब्दांचा खेळ वाटतो.

त्यांच्या मनातला क्षोभ धुमसतच राहतो.

योजना होतात, पण ....

खेड्यात योजना होतात, पैसा खर्च होतो; पण त्यांचा अपेक्षित फायदा मात्र गावकऱ्यांना होत नाही.

इराची वाडी येथील विहिरीतील पाणी पिऊन गावातल्या प्रत्येक घरातला कोणी ना कोणी नारू होऊन आजारी पडलेला असे. जगदीश हा नव्याने आयएएस झालेला त्या गावाला भेट देऊन विहिरीची पाहणी करतो. केरवाडीतून पाणी आणता यावे म्हणून त्या दोन गावांसाठी पाणीपुरवठा योजना मंजूर करतो. घरोघर स्वच्छ पाणी नळाने येऊ लागते. आपण एका गावाची समस्या समर्थपणे सोडवली, या आनंदात जगदीश असतो.

पंधरा वर्षांनी त्याच भागात कलेक्टर म्हणून तो येतो आणि इराची वाडीचा सरपंच त्याला भेटण्यासाठी चिठ्ठी पाठवतो. त्याच्या पूर्वस्मृती जाग्या होतात. इराची वाडीमधील लोकांना अजूनही त्या विहिरीचे पाणीच प्यावे लागते, असे तो सरपंच सांगतो. तेव्हा जगदीशला आश्चर्य वाटते.

केरगावच्या पश्चिमेकडील विहिरीतून या दोन्ही गावच्या नळ योजनेला पाणीपुरवठा होत असतो. दुष्काळात विहिरीचे पाणीही कमी झाले. केरवाडीलाही ते पुरेना, तेव्हा केरवाडीच्या सरपंचाने विहिरीपासून इराची वाडीला जाणारी पाईपलाइन तोडून टाकली. पाईप गायब केले. त्या पाटलाने कलेक्टरना मग जो सवाल केला, तो त्यांना निरुत्तर करणारा होता.

'बांधा' मध्ये नवऱ्याकडून उपेक्षा होऊ लागलेल्या स्त्रीचे आपल्या कष्टांनी स्वावलंबी होण्याचे एक समर्पक तत्त्वज्ञान प्रभावीपणे मांडले जाते.

दुष्काळात गाईगुरांची दैना होते. पाणी नाही, चारा नाही. शेतकरी मग मातीमोलाने ते विकतात. कत्तलखान्यात त्यांना मारून, मांस विकून भरपूर पैसा मिळवतात. अलनूर एक्सपोर्ट कंपनी बीफ व फ्रोझन फूड अरबस्तानात पाठवते. गुरांसाठी उत्तम छावण्या चालवून दुष्काळात गाईगुरांना कत्तलखान्यात पाठवण्याची शेतकऱ्यांवर वेळ येऊ नये, अशी व्यवस्था सेवाभावी संस्थेतर्फे भिडेगुरुजी करतात. त्यामळे या कंपनीचा धंदा बसतो आणि मग एका आजारी बैलाच्या बातमीचा बाऊ करून त्या छावण्यांवर टीका केली जाते. गाईगुरे कसायांच्या हाती जातात, असा किस्सा 'दास्ताँ - ए - अलनूर कंपनी' मध्ये वाचायला मिळतो.

संपन्न कृष्णाकाठची सुनंदा माणदेशच्या दुष्काळी भागात विवाहानंतर पदार्पण करते आणि पावसाची सर येते. सुनेच्या पायगुणाची तारीफ होते. तिच्याच प्रयत्नाने

तळ्याखालून असलेल्या कातळातून दीडशे फुटांवर पाणी लागते आणि साऱ्या गावाला जणू नवे जीवन मिळते. 'कृष्णामाई, मी माहेरी येईन तेव्हा खणानारळाची ओटी भरेन. लग्नानंतर तुला पारखी झालेय असे वाटले होते, पण इथं खडकातही तुझी कृपा मला न्हाऊ घालतेय. तू माऊली आहेस माझी!' असे भक्तिभावाने सुनंदा म्हणते. (खडकात पाणी)

लक्ष्मीकांत देशमुख यांच्या या कथांमधील वास्तवतेमुळे पाणी प्रश्नांची वेगवेगळी अंगोपांगे समोर येतात. शासकीय अधिकाऱ्यांच्या व नोकरशाहीच्या संमिश्र कार्यपद्धतीमुळे आणि राजकारणी लोकांच्या हितसंबंधांमुळे या समस्येची सोडवणूक होणे हे जवळजवळ दुरापास्त आहे. नैराश्याचे ढग मनावर रेंगाळावेत, असाच या कथांचा रोख आहे. वास्तव घटनांचा आधार असल्यामुळे काही कथा केवळ हकिगतीच्या पातळीवरच घोटाळतात. आयुष्यात आगेमागे असतात. दैवदुर्विलास असतो, विसंगती असतात. काव्यात्म न्याय असतो. तरी 'कथा' हा एक वाङ्मयप्रकार आहे. काही तंत्रमंत्र वापरल्याने आपल्या आशयाचा बहुपेडीपणा हा अधिक सूक्ष्म तरल पातळीवर नेता येतो, त्यांच्या आवाहकतेची क्षमता वाढू शकते, मानवी मनाची काही अनोखी बाजू त्यामुळे एकदम झळाळून जाते. उपलब्ध परिचित व ज्ञात घटनाप्रसंग प्रतिभेच्या परिसस्पर्शाने नवनवोन्मेषशाली अर्थवत्तेने सुवर्णमय बनतात. लक्ष्मीकांत देशमुख थोड्यापार चिकाटीने अशा सुवर्णाच्या राशी वाचकांपुढे सहज ठेवू शकतील, असे वाटते.

❑

‘जलभान’ देणाऱ्या कथा

डॉ. मंगेश कश्यप

इसवी सन २००५ ते २०१५ युनायटेड नेशन्सने ‘वॉटर डिकेड’ म्हणून जाहीर केले आणि ‘मिलेनिअम डेव्हलपमेंट गोल’च्या अग्रस्थानी पाण्याचा विषय अत्यंत गांभीर्याने आला. गेल्या दशकभरात जगभरातील सर्व देशांनी आपापल्या परीने ‘पाणी’ या विषयावर विविध मोहिमा राबविल्या, परंतु दुर्दैवाने त्याचे हवे तसे सकारात्मक परिणाम समाजजीवनात दिसून असे नाहीत. पाणी ही वैश्विक संपत्ती आहे आणि या पाण्याच्या उपलब्धतेतवरच संपूर्ण जगाचे अर्थशास्त्र अवलंबून आहे, हे ज्या देशांनी ओळखले त्यांनी पाण्यासाठी दाही दिशा फिरण्यापेक्षा त्या त्या देशात उपलब्ध असलेल्या पाण्याचे संरक्षण, संवर्धन आणि गुणवत्ता टिकवण्यासाठी शाश्वत प्रयोग राबवले आणि आपापले देश जलसाक्षर करून संपत्तीचे निर्माण केले. आपणाकडे मात्र अजूनही असे घडते नाही. किंबहुना तसे घडू नये म्हणूनही प्रयत्न केले गेले असावेत असा जाणकारांचा आरोप आहे. ६०-६५ वर्षांनंतरसुद्धा भारतातील तळागाळातील खेड्यापाड्यात राहणाऱ्या दूरवरच्या गावांना पिण्याचा पाण्याचा अधिकार आमची सरकारे देऊ शकली नाहीत. ‘राईट टू वॉटर’ हा उपेक्षितांपासून लांबच राहिला. आजही विश्वाचं जाऊ द्या, पण आपल्या महाराष्ट्राचंच उदाहरण घेतले तर पुरेसा पाऊस न साठवल्यानं अथवा पेरण्यानं लाखो गावात, वाड्या - वस्त्यांवर पाण्याचे दुर्भिक्ष तीव्रतेने जाणवत आहे. पाण्याच्या संदर्भातील अर्थात महत्त्वाचा प्रश्न आहे तो जाणीव जागृतीचा आणि संवेदनशीलतेचा, लक्ष्मीकांत देशमुख यांच्या तहानलेल्या महाराष्ट्राच्या ‘पाणी! पाणी!!’ या कथासंग्रहाने नेमके हेच काम अधोरेखित केले आहे. पाण्यामुळंच तर सर्व सृष्टीचा जन्म झाला म्हणून पाणी हाच समस्त जीवसृष्टीचा जन्मदाता आहे. म्हणून तर मंगळ असे अथवा शनीची कडी, किंवा धूमकेतू यांवर पाण्याचे अंश सापडतात का यासाठी जगभर संशोधन मोहिमा चालू आहेत, जमीन असो अथवा हवा, मूलभूत शोध पाण्याचाच घेण्यात येतो. माणसाचा स्वभाव जोखतानासुद्धा कुणात

किती पाणी आहे असं उपरोधानं बोललं जातं. देशमुखांच्या या पाणीदार कथांची व्यथा आपल्या अंतर्मनाला अस्वस्थ करणारी आहे. पाणी हीच मध्यवर्ती संकल्पना घेऊन अनुभवाचं अधिष्ठान असलेल्या या कथांमधून मानवी मनाचे, व्यवस्थापनाचे, लहरी हवामानाचे अनेक पैलू आपल्याला जाणवतात. 'भूक बळी' आणि 'नारूवाडी' यासारख्या कथांमधून जाणवणारी पाण्याची दाहकता, शासकीय पातळीवरची संवेदनशीलता आणि अनास्था याचे एकाच वेळी दर्शन घडवते. राजकीय दबावगटाचे बळी ठरलेले अनेक शेतकरी महाराष्ट्राच्या कानाकोपऱ्यात आपापल्या मूकसंवेदना घेऊन जगत आहेत, याचं विदारक दर्शन जेव्हा या कथांमधून होते तेव्हा पाण्याच्या बाबतीत ''कुठे आणून ठेवला महाराष्ट्र माझा'' असा प्रश्न पडल्याशिवाय राहात नाही. देशमुखांच्या नजरेतून तहानलेला महाराष्ट्र कथांच्या माध्यमातून समजून घेताना विशेष करून शेतकरी आणि शेतकामगार महिला-पुरुष यांच्यातील संवेदनशील द्वंद्वाची तीव्र जाणीव होते, त्याचबरोबर काही कथांमध्ये निर्दय प्रशासनाचाही गलथान कारभार देशमुख चव्हाट्यावर मांडतात. स्वत: एक उत्तम संवेदनशील प्रशासकीय अधिकारी असलेले देशमुख या तहानलेल्या महाराष्ट्रासाठी कासावीस होतात. प्रशासनातील आणि प्रशासनाबाहेरही जाणीव-जागृती व्हावी, सहकारी योजनांचा मानवी चेहरा लाभून त्याचा लाभ शेवटच्या माणसापर्यंत पोहोचावा इतपत पाणीसाक्षरता प्रशासनामध्ये घडवून आणण्यात देशमुख आग्रही असल्याचे त्यांच्या कथांमधून प्रकर्षाने दिसते.

पाणी चोर, मृगजळ, अमिना या कथा वाचताना पाण्याच्या व्यवस्थापनाची दुर्दशा लक्षात आल्यावाचून राहात नाही. वाळवंटात किंवा कमी पावसाच्या प्रदेशात इतर जीवांप्रमाणे माणूसही पाणी साठवतो, घरांवर पडणाऱ्या पावसाच्या पाण्याचा थेंबन् थेंब साठवण्याची व्यवस्था राजस्थानच्या काही भागात केलेली आढळते. कारण या साठ्याच्या जोरावरच अतिउष्ण आणि अति कोरड्या वातावरणात तग धरायचा असतो. वाळवंटात हे आवश्यकच आहे. पण सृष्टीतील इतर जीवांचा विचार न करता जिथे कमी पाऊसमान आहे तिथे विविध उपाय योजून पावसाचा थेंब थेंब का साठवला जात नाही? अस्तित्वासाठी निसर्गात इतर जीवही पाणी साठवतात, त्याचा अन्य पिकांवर विशेष परिणाम होत नाही. माणसांमुळे मात्र तसं होतं, कारण छोटं गाव असो, वा खेडे - सर्वजण शासनाने काहीतरी करावे या अपेक्षेत उपलब्ध असलेल्या जलस्रोतांचंही संरक्षण करण्याचं भान सोडून देतात.

दुष्काळाच्या पार्श्वभूमीवरील कथांमधून माणुसकीचे भावपूर्ण दर्शन घेत असतानाच एका बाजूला माणसातील पशुत्वही पाणीप्रश्न हाताळताना वाचकाला थेट भिडते, स्वत:च्या जीवापेक्षाही पाण्याला जपणारे कथानायक वेळप्रसंगी पाण्यासाठी दुसऱ्याचा जीव घ्यायलाही मागे पुढे पाहात नाहीत, रोजगार हमी योजनेवरील कामगार आणि

ज्याची शेतजमीन पाझर तलावाखाली संपादित केली जाणार आहे त्यांच्या जीवाची घालमेल आणि अन्यायाविरोधात लढण्याची प्रवृत्ती देशमुखांच्या कथांमध्ये प्रामुख्याने अधोरेखित झाली आहे.

पाणी वितरण हा एक न सुटलेला प्रश्न आहे. अत्याधुनिक तंत्रज्ञान कितीही या संदर्भात वापरले तरीदेखील पाण्याचे वितरण हा मोठा वादाचा विषय राहिला आहे. विकसित व अविकसित देश, शहरी व ग्रामीण विभाग, ग्रामीण भागातील बागायती आणि जिरायती विभाग, कोरडवाहू शेती असलेल्या गावातील असामान्य आणि सर्वसामान्य जनता यातील जो घटक अधिक शक्तिशाली तो नैसर्गिक साधनसामग्रीचा मालकी हक्काने वापर करू पाहतो आहे. एखाद्याला परवडते म्हणून पाचशे फूट खोलाची विंधन विहीर खणायला परवानगी द्यायची की नाही हे कोणी ठरवायचे? हा अधिकार कोणाचा ? हा खरा प्रश्न. असे असे अनेक प्रश्न देशमुखांच्या कथा वाचताना आपल्या पुढे फेर धरून नाचू लागतात.

ग्रामीण महाराष्ट्राची संपूर्ण अर्थव्यवस्था पाण्यावरच तर अवलंबून आहे. दुर्दैवाने याकडे संपूर्ण काणाडोळा करून पाण्याच्या, विशेषत: त्याच्या वाटपाच्या योजना आखल्या जात आहेत. पाण्यासारखी मूलभूत महत्त्वाची नैसर्गिक संपत्ती विशिष्ट गटाकडे कशी ओढता येईल असेच प्रयत्न चालू आहेत. त्यामुळे पाणी समस्येचे निराकरण केले नाही तर संपूर्ण अर्थव्यवस्थाच धोक्यात येईल याचे भान 'पाणी! पाणी!!' या कथासंग्रहातून देशमुख आपल्याला देतात.

भूजल प्रवाह जितके गुप्त त्यापेक्षाही जास्त गुप्तपणे सामान्यांची मुस्कटदाबी करून पाण्याची चोरी केली जाते. एखाद्या गावात भूजलावर आधारित पिण्याच्या पाण्याची सार्वजनिक योजना तयार होण्याची चाहूल जरी कुणाला लागली तरी त्यात 'खो' घालणारे स्थानिक पुढारी आणि शासनाचेच अधिकारी असतात, आणि या सर्वांवर मात करून जर ती योजना मार्गी लागली तर ती केवळ २-३ वर्षेच टिकते असा पुरोगामी म्हणणाऱ्या महाराष्ट्राचा अनुभव आहे. गावकीच्या मालकीच्या विंधन विहिरीतले पाणी स्वत:च्या खाजगी विहिरीत कसे येईल हे पाहणारे त्याच गावातील परंपरेने मान्यता पावलेले पुढारीच असतात. हे मान्यताप्राप्त पुढारी इतके चालाख असतात की, गावातील पिण्याच्या पाण्याचा प्रश्न टँकरने सोडवण्यासाठी पुढाकार घेतात. टँकर त्यांचे स्वत:चेच असतात. आणि तेच पुढारी टँकरमुक्त गाव झाला पाहिजे या मोर्चाच्या अग्रभागी ही असतात. सरकारमान्य टँकरही त्यांच्याच मालकीचा बनतो, कुठे टॅकर पाठवायचा आणि कुठे नाही या गोष्टी तो त्या त्या गावाशी असलेल्या त्याच्या वैयक्तिक संबंधावर ठरवतो. सर्वसामान्य जनता याविरुद्ध उठाव करीत नाही. तेवढी तिची ताकद नाही किंवा तिच्यातील शक्तीची तिला

जाणीव झाली नाही. या सर्वसामान्य जनतेला तिची ताकद जाणवून देणारी, तिच्या जलसंवेदनांना अधिक धार आणणारी वस्तुस्थिती लक्ष्मीकांत देशमुख यांच्या कथांमध्ये आपणास पाहावयास मिळते. मराठी साहित्यात पाणी प्रश्नाविषयी किती जण रस्त्यावर उतरून आंदोलनात सहभागी झाले? महाराष्ट्राच्या पाणी प्रश्नाविषयी मराठी साहित्यिकांची नेमकी भूमिका काय? या असल्या प्रश्नांच्या जंजाळात देशमुख स्वत: अडकत नाहीत. त्यांच्या कथांतून जाणवते ती त्यांची संवेदनशील साहित्यिक कार्यकर्त्याची भूमिका आणि हा साहित्यिक कार्यकर्ता तुमच्याआमच्या जलजाणिवा ढवळून काढतो इतके नक्की.

❑

खेळाडूंच्या जीवनसंघर्षाचे मनोज्ञ चित्रण

सुनीलकुमार लवटे

मराठी कथासाहित्यात आजवर जीवनाच्या विविध अंगांचा वेध घेण्यात आला आहे, परंतु क्रीडा नि क्रीडांगण त्यात अपवादानेच प्रतिबिंबित झालेले दिसते. मराठी कथा साहित्यातील ही पोकळी लक्ष्मीकांत देशमुख यांनी 'नंबर वन' या आपल्या कथासंग्रहाद्वारे भरून काढण्याचा प्रयत्न केला आहे आणि तो त्यांच्या क्रीडाक्षेत्रातील अनुभवामुळे अत्यंत यशस्वी झाला आहे. मराठी चोखंदळ वाचकांना लक्ष्मीकांत देशमुख हे नाव परिचित आहे. अफगाणच्या वर्तमान तालिबानी आक्रमणाच्या पार्श्वभूमीवर 'इन्किलाब विरुद्ध जिहाद' कादंबरी, साधना साप्ताहिकात सुरू असले 'प्रशासननामा' हे वैचारिक सदर, ललित लेख; याशिवाय त्यांच्या नावावर 'कथांजली', 'अंतरीच्या गूढगर्भी,' 'पाणी! पाणी!!', 'अग्निपथ' सारखे कथासंग्रह जमा आहेत. त्याचं लेखन शिळोप्याचा उद्योग असत नाही. आयुक्त, विशेष कार्यकारी अधिकारी, संचालक, जिल्हाधिकारी अशी पदं भूषवत असताना ते समाजाच्या सर्व स्तरांतील प्रश्न व लोक समजून घेतात. व प्रक्रियेत अनेक कथाबीजं त्यांच्या हाती लागतात. त्यांच्या मनोज्ञ कथा होतात. त्यामुळे कल्पनेपेक्षा वास्ताधारित लेखन हा त्यांचा पिंड होतो. त्यातून जन्मलेलं साहित्य नवं विश्व घेऊन उभं ठाकतं. ते वाचकांना नवं विश्व दाखवतं.

'नंबर वन' नावाप्रमाणेच खेळाडूंमधील माणूसपणाचा शोध घेणारा, त्यातील संघर्ष व भावनाचं द्वंद्व चित्रित करणारा 'नंबर वन' (पहिला नि उत्कृष्ट अशा अर्थांनी!) कथासंग्रह आहे. हा 'थीम बेस्ड' असा कथासंग्रह असल्याने प्रयोग म्हणूनही मराठी कथाप्रांगणात त्याचं ऐतिहासिक महत्त्व आहे. भारत देश 'क्रीडा महासत्ता' का होत नाही, हा लेखकाला पडलेला प्रश्न आपलं सामाजिक शल्य आहे. या शल्यपूर्तीच्या ध्यासाची निर्मिती 'नंबर वन' मधील कथा. 'पढेंगे, लिखेंगे तो राजा बनेंगे! खेलेंगे, कुदेंगे तो खाक होंगे!!' ही भारतीय मानसिकता दूर करायची; तर खेळ हा धर्म आहे, ती वृत्ती आहे, तो जीवनाचा अविभाज्य भाग आहे,

तो काही रिकामपणाचा उद्योग नाही असा संस्कार रुजवणं आवश्यक असल्याचं लेखकाचं मत विचारणीयच नव्हे, तर अनुकरणीय आहे. सामाजिक धारणेत बदल करण्याच्या उद्देशानं हेतुत: लिहिलेल्या या कथांना जीवन व कला दोन्ही दृष्टींनी असाधारण महत्त्व आहे.

पुण्यात सन २००८ मध्ये आंतरराष्ट्रीय दर्जाच्या कॉमनवेल्थ क्रीडा स्पर्धा झाल्या. क्रीडा संचालक म्हणून लक्ष्मीकांत देशमुख यांचा त्या वेळी क्रीडाविश्वाशी जवळून संबंध येतो. खेळाडूंमधील ईर्ष्या, जोश ते न्याहाळतात. त्यांचं जगणं, खेळाडूंतील मानवी संबंध ते अनुभवतात. क्रीडा संयोजक, मार्गदर्शक, प्रशिक्षक, खेळाडू यांच्यामधील संबंधांचे बारकावे या प्रशासकातील साहित्यिक हेरतो, टिपतो अन् त्यातून अजाणतेपणी कथा आकार घेतात. क्रिकेट, बॅडमिंटन, रनिंग, स्विमिंग, शूटिंग अशा अनेक क्रीडाप्रकारांचा फेर धरत 'नंबर वन' मधील कथा समग्र क्रीडाविश्व शब्दबद्ध करतात.

संग्रहात क्रिकेटचा वरचष्मा असणं स्वाभाविक आहे. तो खेळ ब्रिटिशांचा असला तरी भारतीयांसाठी मात्र धर्म, प्राण, श्वास बनून गेलाय. 'जादूचा टी-शर्ट', 'बंद लिफ्ट', 'अखेरचं षटक' आणि 'ब्रदर फिक्सेशन' या कथांमधून क्रिकेट खेळ, त्यातलं वैभव, ताण-तणाव, मानवी संबंध याची उकल करत भारतातील जातवास्तव, राजकारण, समाजजीवन कथाकाराने अधोरेखित केलं आहे. या कथासंग्रहाची जनक कथा म्हणून 'ब्रदर फिक्सेशन' कडे पाहाता येईल. माणसाच्या आयुष्यात एखाद्या व्यक्तीचं गारूड, भूत असं असतं की, त्यापुढे तो आंधळा होतो नि मग नवरा नाही की अन्य कोणीही! 'ब्रदर फिक्सेशन' ची नायिका स्विटी. तिचा भाऊ क्रिकेटियर. त्याला ती भाई म्हणत असते. नवरा विकीही क्रिकेटियर. विकीच्या मनात भाईबद्दल ईर्ष्या असते, कारण त्यांच्या नावावर सतत हुकमी शतकं जमा होत असतात. नवरा विकी त्यापुढे फिका पडत जातो. विकीत खुन्नस निर्माण होतो. तो नाबाद द्विशतक झळकावतो. भारताला विजय मिळवून देतो. मॅन ऑफ द सिरीजचा बहुमान पटकावतो. त्याला वाटतं स्विटी येईल, चुंबन - आलिंगन देईल; पण ती त्याऐवजी लाडिक व जीवघेणी तक्रार करते की, तू भाईला खेळू दिलं नाही, कॅलेंडर इयरमध्ये एक हजार रन पूर्ण करायचं स्वप्न उद्ध्वस्त केलंस इ. इ. हे आंधळेपण येतं 'ब्रदर फिक्सेशन'-च्या मनोधारणेतून.

असंच फिक्सेशन 'अखेरचं षटक' कथेत पत्नी, प्रेयसीच्या द्वंदतून मोठ्या प्रत्ययकारी रूपात चित्रित झालंय. 'ती' संतोषची प्रेयसी असते. परप्रांतीय, परजात - धर्मीय म्हणून संतोषचे आई-वडील तिला नाकारतात. ती स्वधर्मीय सलीमला स्वीकारते खरी, पण पत्नी होऊनही तिच्यातली पूर्वाश्रमीची प्रेयसी जिवंत राहते.

पतीचा रोमांचक खेळ पाहताना ती आपल्या पूर्वप्रियकराच्या स्मृतीत त्याची केव्हा होते, ते समजत नाही..... कथालेखनकानं मॅच ड्रॉ करून कथा कलात्मकरीत्या अंतहीन केलीय व तिचा निर्णय, कौल वाचकांवर सोपवलाय. ही कथा कराठी वाचकांस रत्नाकर मतकरींच्या 'खेकडा' ची आठवण करून देते.

या संग्रहातील 'बंद लिफ्ट' ही कथा लक्ष्मीकांत देशमुख यांनी पात्रांची नावं बदलून लिहिली असली तरी ती सरळ-सरळ विनोद कांबळी, सचिन तेंडुलकर यांची आहे, हे सांगायला कोण्या भविष्यवेत्त्याची गरज उरत नाही. क्रिकेट हा अशाश्वततेचा शाप घेऊन जन्मलेला वैभवशाली खेळ होय. त्यातील यश तुमच्यात उन्माद, अहंकार जागवते. ते तुम्ही किती संयमानं पचवता, यश पण किती नम्रतेनं स्वीकारता, यावर तुमचं या खेळातलं अधिराज्य अवलंबून असतं. क्रिकेटमध्ये माणसंच असतात. ती याच समाजातलं वास्तव, वृत्ती, विचार, विकार घेऊन वागत असतात. जात, धर्म इथंही पाठलाग करत असतो. पण खऱ्या खेळाच्या यशापुढे ते सारं निष्प्रभ, शून्य असतं. हेही तितकंच खरं! 'बंद लिफ्ट' चा प्रतीकात्मक प्रयोग करून लक्ष्मीकांत देशमुख यांनी हॅमच्या यशाचा अश्वमेध जातीपेक्षा उन्मादाने रोखल्याचं सूचित केलंय. ही लेखकाची दूरदृष्टीही व साहित्यिक भानही म्हणता येईल.

सर्वाधिक कलात्मक क्रिकेटकथा म्हणून 'जादूचा टी-शर्ट' पाहावं लागेल. 'हिरो वर्शिप' च्या ध्यासातून जन्मलेला हा कथासंग्रह या कथेतून आपला हेतू वाचकांप्रत प्रभावीपणे नेतो. रोहित क्रिकेटियर असतो. त्याचा मुलगा मोहितलाही क्रिकेटचं वेड असतं. त्याला दक्षिण आफ्रिकेत होणारी मॅच 'याचि देही याचि डोळा' पाहायची असते. पण आर्थिक ओढाताणीमुळे ते शक्य नसतं. दुधाची तहान ताकावर म्हणत ती तो टीव्हीच्या छोट्या पडद्यावर पाहात असतो. पॅडी (हे बहुधा पतौडीचं संक्षिप्त रूप. तसं असेल तर मात्र कालक्रम विसंगत!) भारताचं नेतृत्व करत असतो. भारत जिंकतो. अँकर कपिलदेवला प्रतिक्रियेसाठी आमंत्रित करतो. कपिलच्या मनात या मॅचमधील पॅडीचं एका क्रिकेट फॅनकडून प्लेकार्ड घेऊन केलेलं अभिनंदन पाहून आपली एक जुनी आठवण ताजी होते. तो सांगतो.... मी विश्वकप जिंकला, तेव्हा असाच एक मुलगा - फॅन माझं अभिनंदन करता झाला होता. त्याला मी माझा टी-शर्ट, ब्लेझर काढून दिला होता नि असंच काहीसं म्हटलं होतं की, "Today You have won the world cup for India. In future we will too..." पॅडीनं मग रहस्योद्घाटन केलं.... तो फॅन मीच होतो अन् वाचक सद्गदित होतात. हे वेगळं सांगायला नको. ही असते लेखकाची किमया - लेखणी, भाषा, शैलीची कमाल! अन् प्रतिभेतून साकारलेली अपरा

सृष्टीही!!

बॅडमिंटनवर आधारित दोन कथा 'नंबर वन' मध्ये आहेत 'रिअल हीरो' आणि शीर्षक कथा 'नंबर वन'. 'दि रिअल हीरो' चा हीरो आहे शांताराम. तसा तो क्रीडा खात्यातील एक निवृत्त कर्मचारी, पण बॅडमिंटन वेडा. निवृत्त झाला तरी खेळाचं वेड त्याची पाठ सोडत नाही.

❑

खेळाडूंमधील 'माणूसपणाची' शोधयात्रा

प्रा. मिलिंद जोशी

लक्ष्मीकांत देशमुख हे हरहुन्नरी लेखक आहेत. साहित्याच्या विविध प्रांतात ते लीलया संचार करतात. खरं तर प्रशासन, न्याय व्यवस्था आणि राजकारण ही तीन क्षेत्रे अशी आहेत की या क्षेत्रात कार्यरत राहताना माणसांची संवेदनशीलता बोथट होण्याचा फार मोठा संभव असतो; कारण मानण्याचे नानाविध आकार आणि प्रकार तसेच माणसांचे अंतरंग या क्षेत्रात खूप जवळून अनुभवायला मिळतात. प्रशासनातले आपले कर्तव्य निष्ठेने बजावत असताना त्यांनी तेवढ्याच मनस्वीपणे साहित्यसेवा केली. पुलंनी म्हटल्याप्रमाणे काही वेळा माणसं अपयशापेक्षा यशानेच अधिक मुर्दाड बनतात. स्वत:च्या कर्तृत्वावर यशाची शिखरे सर्व करताना लक्ष्मीकांत देशमुख यांनी स्वत:चे संवेदनशील मन कधीही हरवू दिले नाही. सूक्ष्म निरीक्षणशक्ती, अतिशय तरल संवेदना, अनुभवातून जीवनाचा अन्वयार्थ लावण्याची त्रयस्थ वृत्ती आणि त्या अनुभवाला साहित्यरूप देण्यासाठीची खास लेखनशैली यामुळे त्यांच्या लेखनाला मोठा प्रमाणावर वाचक वर्ग लाभला. आपल्या लेखनातून विषयांचे वैविध्य जपत त्यांनी तो टिकवलाही. लेखनातले सातत्य आणि ते राखताना त्यांनी 'कसदारपणाशी' कधीही तडजोड केली नाही. म्हणूनच आजच्या बिनीच्या साहित्यकारांमध्ये त्यांची गणना होते.

'नंबर वन' हा त्यांचा साकेत प्रकाशनाने प्रकाशित केलेला कथासंग्रह म्हणजे खेळाडूंमधील माणसूपणाची शोधायात्राच आहे. खेळाडू आणि कलावंत हे नेहमीच समाजाच्या आदराचा, कौतुकाचा आणि कुतूहलाचा विषय असतात. समाजातल्या इतर घटकांना आपापल्या वकुबाप्रमाणे मानमरातब, प्रतिष्ठा आणि प्रसिद्धी लाभते. पण कलावंत आणि खेळाडूंच्या वाट्याला या सर्वांच्या बरोबरीने येते ते लोकप्रेम. या लोकप्रेमावर लोकक्षोभाची गडद किनारही असते. खेळाडूंनी केलेल्या गुणवत्तापूर्ण कामगिरीमुळे ते लोकप्रेमाचे धनी होतात. त्यामुळे क्रीडाप्रेमींच्या अपेक्षा वाढत

राहतात. त्या खेळाडूंकडून सतत उत्तम कामगिरीची अपेक्षा केली जाते. ती पूर्ण झाली नाही की मग त्यांना लोकक्षोभावर सामोरे जावे लागते. खेळाडूंचे प्रातिभ आणि व्यावहारिक आयुष्य चारचौघांसारखे कधीच नसते. ते अधिक व्यामिश्र असते. खेळात जय - पराजयाची मालिका अखंड सुरू असते. हातात आलेले यश चकवा देत डोळ्यासमोरून दूर जाते. आशा - निराशेचा खेळ मनात अखंड सुरू असतो. त्या खेळात मनातले सकारात्मकतेचे आणि इच्छाशक्तीचे दिवे शांत होणार नाहीत, मालवणार नाहीत याची काळजी घ्यायची असते. एकाग्रतेने खेळ करायचा असतो. तो करीत असताना व्यावहारिक आयुष्यातले ताणतणाव बाजूला ठेवायचे असतात. त्याचे मळभ मनावर दाटून येणार नाही याची दक्षता घ्यायची असते. जिव्हारी लागणारा पराभव झाला तर त्यातून चटकन बाहेर पडून नव्या सामन्यासाठी सदैव सज्ज राहावे लागते. खेळ सांघिक असो अथवा वैयक्तिक, जिथं माणसे असतात तिथे राजकारण येतेच. कलावंत, विचारवंत आणि क्रीडापटू यांच्यातले राजकारण अधिक कुटिल असते. राजकारणी लोकांनी-देखील आश्चर्यचकित, मुग्ध व्हावे असे अनेकदा या राजकारणाचे पदर असतात. शह-काटशहाच्या अनोख्या तऱ्हा असतात. त्या समजून घेत स्वत:चा बचाव करीत वाटचाल करायची असते. त्याचे ताण मनावर येत असतात. या साऱ्या संघर्षातच मोठी शक्ती जात असते. तरीही सर्जनाची कास न सोडता आपले कौशल्य पणाला लावून स्वत:चे वेगळेपण सिद्ध करायचे असते. यशश्री खेचून आणायची असते. ती टिकवायची असते आणि पचवायचीही असते. या साऱ्यातून तावून सुलाखून निघताना त्या खेळाडूमध्ये एक माणूसही असतो, त्यालाही इतरांच्यासारख्या भावभावना असतात. त्याच्याही जीवनाकडून आणि सहवासात आलेल्या माणसांकडून काही अपेक्षा असतात. त्यालाही मन मोकळे करायचे असते. त्या साऱ्यांचा अनेकदा त्यांच्या चाहत्यांना, मित्रांना आणि नातेवाईकांनीही विसर पडण्याचा मोठा संभव असतो. 'खेळाडूंना माणूस म्हणून समजून घेण्यात आपण अनेकदा कमी पडतो. कारण त्यांचा परफॉर्मन्स हाच आपला त्यांचे मूल्यमापन करण्याचा एकमेव निकष असतो.' खेळ, यशापयश, परफॉर्मन्स यांच्यापलीकडे असलेल्या खेळाडूंच्या जीवनाचे प्रत्ययकारी चित्रण 'नंबर वन' या कथासंग्रहात लक्ष्मीकांत देशमुख यांनी केले आहे.

नोकरीचा भाग म्हणून भारतीय प्रशासन सेवेत आय. ए. एसमध्ये काम करताना संचालक, क्रीडा व युवक सेवा म्हणून तिसऱ्या राष्ट्रकुल युवा स्पर्धेची जबाबदारी त्यांच्याकडे होती. ती त्यांनी समर्थपणे पेलली. अंतरराष्ट्रीय दर्जाच्या नऊ खेळांच्या क्रीडा सुविधा, स्टेडिअम, प्ले ग्राऊंड आणि हॉल बांधायचे काम त्याच्याकडे होते. त्यांनी आपले प्रशासनीय आणि व्यवस्थापकीय कौशल्य पणाला

लावले. त्यातून शिवछत्रपती क्रीडानगरी उभा राहिली. या साऱ्या प्रवासात खेळाडूंचे जीवन देशमुखांना अधिक जवळून पाहता आले असेल. त्यातून त्यांना या प्रकाराच्या कथालेखनासाठी प्रेरणाही मिळाली असेल. त्यामुळे या लेखनाचे महत्त्व अजिबात कमी होत नाही. आयुष्यात काही अनुभव चिमटीने प्यायचे असतात, तर काही ओंजळीने. स्वत:च्या किंवा दुसऱ्याच्या आयुष्यातील अनुभवाचा एखादा छोटासा तुकडाही सर्जनशील साहित्यकारासाठी पुरेसा असतो. त्याच्याच बळावर तो सर्जनाचे बांधकाम करीत असतो. अमूर्ताला मूर्त रूप देणे हे कठीणच काम, पण जे मूर्तरूपात आहे ते तसेच तसे साकार करणे हेही तितकेच आव्हानात्मक असते. कल्पिताइतकेच सत्याचे कलात्मक दर्शन घडविणे हे जास्त आव्हानात्मक असते. त्यामुळे त्या प्रकारचे अनुभवविश्व देशमुखांच्या वाट्याला आले म्हणून त्यांनी या वेगळ्या कथा लिहिल्या असे म्हणणे त्यांच्यावर अन्याय करणारे ठरेल. मराठी वाचकाला अपरिचित असणाऱ्या एका नव्या प्रांतातून भ्रमंती घडवून आणल्याबद्दल त्यांचे अभिनंदन केले पाहिजे. मराठीत या प्रकारचे कथालेखन दुर्मीळ आहे. या विषयाला वाहिलेला हा मराठीतला बहुधा पहिलाच कथासंग्रह असावा. खेळाडूंनी लिहिलेल्या चरित्रातून त्यांना समजून घेण्याचा प्रमाण करणाऱ्या मराठी वाचकांना खेळाडूंच्या अनोख्या जीवनविश्वाची सफर लक्ष्मीकांत देशमुख यांनी या कथासंग्रहातून घडवली आहे.

या कथासंग्रहात एकूण दहा कथा आहेत. प्रत्येक कथा वेगळी आहे. प्रत्येक कथेतला खेळ वेगळा आहे. त्या खेळाडूंच्या वाट्याला आलेला आयुष्याचा खेळ निराळाच आहे. त्यांना खेळवणाऱ्या माणसांची एक अजब दुनिया आहे. ती या कथांमधून प्रतिबिंबित झालेली आहे. वलयाच्या पलीकडे असलेल्या खेळाडूंच्या जीवनाचे दर्शन घडविण्याबरोबरच देशमुखांनी या कथांमधून आपल्या क्रीडा-संस्थांचेही दर्शन घडविले आहे, ते चिंता आणि चिंतन करायला लावणारे आहे.

'फिरूनी नवी जन्मेन मी' या कथेत एका पाथरवटाच्या पोटी जन्माला आलेल्या धावपटू मुलीची शोकांतिका आहे. आपल्या अंगभूत गुणांच्या बळावर ही मुलगी आपला ठसा उमटविते. तिच्या स्त्रीत्वाविषयी संशय घेण्याचे गलिच्छ राजकारण खेळून तिला आयुष्यातून उठवण्याचा डाव रचला जातो. नैराश्य भावनेतून ही मुलगी अनेकदा आत्महत्येचा प्रयत्न करते. तिच्यावरील बालंट दूर करण्याच्या सगळ्या वाटा बंद झालेल्या असताना वैद्यकीय आणि कायदेशीर गोष्टींचा आधार घेत तिचे हितचिंतक तिला आरोपमुक्त व जगण्याची नवी उमेद देतात. या कथेसाठी वापरलेले वैद्यकीय आणि कायदेशीर तपशील वाचल्यानंतर देशमुखांनी सर्व बाबींचा किती सूक्ष्म अभ्यास केला आहे हे जाणवते. 'शार्प शूटर' ही कथा

एखाद्या रहस्यकथेसारखी वाचकांना गुंतवून ठेवणारी आहे. वाल्याचा वाल्मिकी होणे हा शब्दप्रयोग आपल्याकडे रूढ आहे. गुन्हेगारी टोळीत शार्प शूटरची भूमिका बजावणाऱ्या एका तरुणाचे आयुष्य एका संवेदनशील पोलीस अधिकाऱ्याचा जागरूक आणि व्यापक मनोवृत्तीमुळे कसे बदलते, शार्प शूटरचे एका उत्तम आंतरराष्ट्रीय कीर्तीच्या नेमबाजात कसे अवस्थांतर होते याची कहाणी वाचताना अंगावर रोमांच उभे राहतात. स्वप्ने सत्यात उतरण्यासाठी प्रथम ती पहावी लागतात. स्वप्न वास्तवात अवतरण्याचे भाग्ययोग ते पाहणाऱ्याच्या वाट्याला कसे येतात हे हळुवारपणे 'जादूचा टी-शर्ट' कथेतून देशमुखांनी उलगडून दाखविले आहे. 'प्रयासे जिंकी मना' या कथेत असणाऱ्या आई-मुलाच्या हळव्या नात्याचा विलक्षण गोफ आहे. दोघेही जलतरणपटू आहेत. जलतरणातले चापल्य मुलाकडे आईचा वारसा म्हणून आलेले आहे. पण आईला याची कल्पना नाही. ती मुलाला पाण्यापासून दूर ठेवते. याची कारणं भावनिक आहेत. मानसिक आहेत. तरीही मुलाची पाण्याविषयीची ओढ कमी होत नाही. आई, मुलगा आणि पाणी यांच्यातल्या भावसंबंधावर प्रकाश टाकणारी ही खूप वेगळी कथा आहे. 'अखेरचं षटक' या कथेत प्रेमाचा त्रिकोण आहे. दोन क्रिकेटपटूंच्या जीवनात आलेल्या एकाच प्रेयसीची आणि त्यांच्या नातेसंबंधाची गोष्ट आहे. परस्परांविरुद्ध खेळणाऱ्या दोन देशांमल्या संघातून तिचे प्रियकर खेळत असतात. सामना रोमहर्षक स्थितीतून जात असताना तिच्या मनात उमटलेल्या भावकल्लोळांचे सुरेख दर्शन या कथेतून घडते. 'रन बेबी रन' ही गुरु-शिष्यांच्या भावनिक नात्याची गोष्ट आहे. एका धावपटूला आपल्या गुरूविषयी वाटणारे आकर्षण आणि त्यातून तिच्या जीवनात निर्माण झालेले गुंते ही कथा उलगडून दाखवते. ती धावपटू नवऱ्याच्या मानसिक आणि शारीरिक माणसाला कंटाळून आत्महत्येचा मार्ग स्वीकारते. तिच्या डायरीतून तिच्या करुण आयुष्याची पानं उलगडत जातात. धावण्याच्या शर्यतीत जिंकणारी ती आयुष्याच्या स्पर्धेत आणि जगण्याच्या कोलाहतात कशी थिजत जाते, पराभूत होत राहते हे या कथेत वाचायला मिळते. ब्रदर फिक्सेशन, दी रिअल हिरो आणि नंबर वन या तीनही कथा खूप वाचनीय आहेत. या कथासंग्रहाचा कळस शोभाव्यात अशा या तीन कथा आहेत. संपूर्ण कथासंग्रह वाचल्यानंतर खूप काही तरी नवे आणि वेगळे वाचल्याचा अनुभव मिळतो.

देशमुखांच्या कथांचे महत्त्वाचे वैशिष्ट्य म्हणजे सूक्ष्म गोष्टींचे विस्तृत तपशील त्यांच्या कथांमध्ये आढळतात. ज्याला अभियंत्रिकीच्या भाषेत Major details of the minor things असे म्हटले जाते. त्यामुळे त्या त्या कथेसाठी आवश्यक असलेला परिसर ते मोठ्या ताकदीने उभा करतात. त्यामुळे त्या परिसराशी एकरूप

होत, त्या कथांमधील व्यक्तिरेखांना समजून घेणे वाचकांना अधिक सोयीचे जाते. त्यामुळे क्रीडा या विषयाची आवड नसलेल्या वाचकांमध्येही ते त्यांच्या कथावाचनाची आवड निर्माण करू शकतात.

साहस, प्रेम, राग, लोभ, महत्त्वाकांक्षा आणि उत्कट भावना हे सर्वच माणसांच्या ठायी असणारे ठळक गुण आहेत. आपण अमुक एका मार्गाने गेलो तर आपल्या वाट्याला उपहास, उपेक्षा, उपमर्द आणि अपेक्षाभंग येईल हे माहीत असूनही माणसे त्या मार्गाने जातच असतात. जीवनाच्या व्यर्थतेतला अर्थ शोधणे ही माणसाची सहज प्रवृत्ती आहे आणि तीच त्याच्या माणूसपणाची खरी खूण आहे. हीच त्याच्या माणूस असण्याची कसोटी आहे. देशमुखांच्या कथांमधील व्यक्तिरेखा या माणूसपणाच्या कसोट्यांवर पूरेपूर उतरतात म्हणूनच त्या उपऱ्या किंवा परक्या वाटत नाहीत. त्या आपल्यातल्याच एक वाटतात. त्यामुळे त्यांच्या कथाविश्वाशी वाचक सहजपणे एकरूप होऊन जातात. माणसाचे जीवन सीमित आहे. लांबी, रुंदी आणि खोली हे शब्द केवळ क्षेत्रफळाशी निगडित असतात असे नाही. त्याचा मानवी जीवनाशी, जीवनव्यवहाराशी खूप जवळचा संबंध असतो. लांबी म्हणजे माणसाला लाभलेले आयुष्य, रुंदी म्हणजे त्याचे जगणे. खोली म्हणजे त्याला सापडलेला जीवनाचा अर्थ. साहित्यकृती म्हणजे घटना-प्रसंगांची जंत्री नसते, तर त्या लेखकाची ती जीवनदृष्टी असते. त्या आधारे जीवनातल्या अनुभवांचा अन्वयार्थ ती लावत असतो. स्वत:चे जीवनचिंतन तो मांडत असतो. लक्ष्मीकांत देशमुख यांनी 'नंबर वन' या कथासंग्रहातून केवळ खेळाडूंच्या आयुष्यातल्या कहाण्या किंवा गोष्टी सांगितलेल्या नाहीत. सकस कथा-बीजाच्या आधारे खेळाडूंच्या जीवनदृष्टीचेही त्यांनी प्रभावीपणे दर्शन घडविले आहे.

त्यांनी कथालेखनाची स्वतंत्र शैली कमावलेली आहे. त्यांची भाषा चित्रदर्शी आहे. पाण्यासारखी प्रवाही आहे. वाचनीयता हाच कोणत्याही साहित्याचा श्रेष्ठतेच्या निकषांपैकी एक असते. त्यांच्या साऱ्याच कथा वाचनीय आहेत. 'नंबर वन' असे शीर्षक असलेल्या या कथासंग्रहाला गुणवत्तेच्या बाबतीतही नंबर वन देता येईल इतका हा सुरेख कथासंग्रह आहे.

❑

स्त्रीभ्रूणहत्या प्रश्नाचा ललित दस्तऐवज

प्रा. पुष्पा भावे

प्रशासकीय सेवेत असणाऱ्या व्यक्तीने त्या सेवेच्या निमित्ताने आलेल्या जीवनानुभवाचा साहित्यिक आविष्कार करणे हे काही मराठी वाचकांना नवीन नाही. या स्वरूपाच्या लेखनाला ललित मानायचे की अललित असा प्रश्न लेखकाने मनोगतात उपस्थित केला आहे. अनुभव कल्पित असणे आणि प्रत्यक्ष असणे यातील अंतर लेखकांच्या मनात असावे. या शिवाय लेखकाने 'थीम बेस्ड' कथासंग्रह असा शब्द योजला आहे. एकाच विषयसूत्रावरचे कथासंग्रह असा अर्थ त्यांना अभिप्रेत आहे. अरविंद गोखल्यांसारख्या कथेचा ध्यास असणाऱ्या लेखकानेही असे संग्रह निर्माण केले होते. चित्रकारांच्या चित्रप्रदर्शनात एकाद्या शैलीने वा रंगलेपनाच्या पद्धतीने झपाटलेले कालखंड आपण पाहतो, पण त्यामागची प्रक्रिया वेगळी असते.

श्री. लक्ष्मीकांत देशमुख यांनी यापूर्वी दोन विषयसूत्रांशी निगडित कथासंग्रह 'पाणी! पाणी!' आणि 'नंबर वन' मराठी वाचकांसमोर ठेवले होते. एखादी सामाजिक समस्या, ती ज्या समाजात निर्माण होते त्याचे पर्यावरण, त्या समस्येत गुंतलेल्या माणसांचे संबंध याचा विचार फार गुंतागुंतीचा असतो. ती समस्या ज्या दृष्टिकोनातून निर्माण होते, त्यामुळे माणसामाणसातील संवाद तुटणे, विसंवाद होणे हे तर होतेच. पण माणसे आपल्या नेहमीच्या स्वभावापेक्षा वेगळ्या चालीने आणि अपराधभावाने स्वत: विद्धही होतात.

श्री. लक्ष्मीकांत देशमुख यांच्यासमोर स्त्रीभ्रूण हत्येची समस्या आहे. ही समस्या नवी नाही. वेगवेगळ्या समाजाने मुली नाहीशा करण्यासाठी वेळोवेळी अनेक मार्ग योजलेले आपण पाहिले आहेत. पण अशी प्रथा समाजाच्या मूकसंमतीने प्रत्यक्षात येते आणि सर्व समाज जणू काही काही घडलेच नाही असा आव आणीत असतो. गर्भनिदानाचे आधुनिक तंत्र प्रत्यक्षात आणताना प्रसूतिपूर्व जनुकीय विकृती

किंवा मेटाबोलिक विकृती किंवा गुणसूत्रातील विकृती, जन्मत: व्यंग किंवा लिंगसंबंधित विकृतीचे निदान होऊन जन्माला येणाऱ्या बाळांचा जन्मभराचा ताप वाचावा आणि पालकांना जन्मभराच्या वेदना, तगमग यापासून वाचवावे असा हेतू होता. पण 'मुलगा हवा' या भारतीय ध्यासाने त्याचा विनियोग स्त्रीभ्रूणहत्येच्या मार्गाने संतती नियमन करण्यासाठी केला. व्यावसायिक नीतिमत्तेचा विसर पडलेल्या धंदेवाईक डॉक्टरांनी त्यातून 'पाचशे करोडची इंडस्ट्री' (शब्द देशमुखांचा) उभी केली. जुन्या मार्गाने होणारी स्त्रीभ्रूणहत्या चालूच होती. त्यात आता नव्या तंत्रज्ञानाची भर पडली. स्त्रीकार्यकर्त्यांनी याविषयी बोलायला सुरुवात केली, तेव्हा त्या स्वत:च मुक्तीच्या मार्गाआड येत असल्याची तक्रार काही वैद्यकीय व्यावसायिकांनी आणि स्वयंघोषित समाजशास्त्रज्ञांनी केली. स्त्रीभ्रूणहत्येमुळे निर्माण होणाऱ्या गंभीर सामाजिक परिणामांची दखल केवळ काही चर्चासत्रांच्या मर्यादित अवकाशात घेतली जात होती. मात्र २००१ च्या जनगणनेच्या निष्कर्षांनी वस्तुस्थिती किती गंभीर आहे हे प्रकाशात आणले.

महाराष्ट्रात मात्र यापूर्वीच या वस्तुस्थितीची दखल देऊन चर्चा चालू झाली होती. अभ्यासक कार्यकर्ते रवीन्द्र रुक्मिणी पंढरीनाथ यांनी विशेष पुढाकार घेतला होता. आणि त्या काळातील विधानसभा सदस्य मृणालताई गोरे यांच्या प्रयत्नाने महाराष्ट्रात या विषयीचा कायदा झाला त्याला PCPNDT अशा संकेतनामाने संबोधिण्यात आले. १९८८ साली 'महाराष्ट्र रेग्युलेशन ऑफ प्रिनॅटल डायग्नोस्टिक टेक्निक ॲक्ट' हा कायदा लागू केला, तर राष्ट्रीय पातळीवर प्रसूतीपूर्व निदान तंत्र (विनियमन व दुरुपयोगवरील प्रतिबंध) कायदा २० सप्टेंबर १९९४ रोजी पास झाला.

या प्रकारचे कडक कायदे झाल्यावर अल्ट्रा सोनोग्राफीचे धंदे भूमिगत झाले, बालिका जन्मदर घटू लागला. (विशेषत: शून्य ते सहा वर्षातील बालिकांचे प्रमाण घटू लागले) समहितैषी नागरिकांना त्याचे दुष्परिणाम दिसू लागले. म्हणून सर्वोच्च न्यायालयात जनहित याचिका दाखल झाल्या, त्यावर न्यायालयाने दिलेल्या आदेशातून २००३ साली कायद्यात सुधारणा झाली. अनिष्ट जाहिरातींवर बंदी आली. अल्ट्रासाउंड मशिनविक्रीचे नियमन करण्यात आले. परंतु अवैध धंद्यातून (या स्वरूपाच्या संदर्भात 'व्यवसाय' शब्द योजणे अवघडच) मिळणाऱ्या पैशाचा मोह, सुबत्तेची लालसा आवरणे अनेक डॉक्टरना अशक्य होऊ लागले आहे. आपल्याला मृत्यूनंतर तर्पण करायला मुलगा हवा, आपले आडनाव चालविणारा मुलगा हवा, वारसदार हवा, अशी इच्छा असणाऱ्या पुरुषांना वंशाचा दिवा हवा होता. त्यामुळे डॉक्टर आणि पुरुषसत्ताक कुटुंबाची मनोवृत्ती याची युती होऊ लागली.

एका बाजूला तंत्रज्ञानाचा दुरुपयोग करायचा आणि दुसऱ्या बाजूला गुणसूत्रांची

विद्यार्थ्यांच्या पाठ्यपुस्तकातही आलेली माहिती नजरेआड करून मुली होतात म्हणून बायकोला टाकून देणे, घरात तिचा छळ करणे चालूच होते. मुलगा न होणे यामधली पुरुषाची जबाबदारी झटकून स्त्रियांना परत परत गर्भपात करायला लावून तिच्या शरीराची नासाडी चालूच राहिली.

कोणत्याही सामाजिक कुप्रथेला जेव्हा लोकमानसातील पूर्वग्रह कारणीभूत असतात, तेव्हा केवळ प्रबोधन वा कागदावरचा कायदा पुरेसा ठरत नाही. त्यासाठी राजकीय इच्छाशक्ती लागते आणि तो प्रत्यक्षात उतरवायला प्रशासकीय इच्छाशक्ती आणि नियोजन लागते. अशीच इच्छाशक्ती दाखवून श्री. लक्ष्मीकांत देशमुख यांनी कोल्हापूरला जिल्हाधिकारी म्हणून रुजू झाल्यावर 'सेव्ह द बेबीगर्ल' हा उपक्रम राबविला. या उपक्रमात माहिती तंत्रज्ञानाचा, उपलब्ध असणाऱ्या स्वयंसेवी संघटनांचा आणि काही प्रामाणिक डॉक्टरांचा सहभाग होता. या साऱ्यांचा कृतज्ञापूर्वक उल्लेख पुस्तकाच्या अर्पणपत्रिकेत आहे. लेखकाच्या मनोगतात या प्रकल्पाविषयी माहिती असल्याने त्याचा अधिक उल्लेख करीत नाही. पण या संग्रहातील कथा कोल्हापूरच्या उपक्रमाच्या पार्श्वभूमीवर घडतात, याचे महत्त्व वाचकांच्या लक्षात आणून देऊ इच्छिते. स्त्रीभ्रूणहत्येचा विचार करताना हे सारे अल्पशिक्षित दरिद्री समाजात घडत असेल असा एक समज असतो. वस्तुस्थिती वेगळे चित्र पुढे आणते. सधन आणि सुशिक्षित समाजात बालिकांचा जन्मदर घटतो आहे, हे वास्तव लक्षात घेता कोल्हापूरची पार्श्वभूमी महत्त्वाची ठरते.

वाचकांनी या समस्येवर विचार करावा असे श्री. लक्ष्मीकांत देशमुखांना वाटते म्हणून कथांसोबत परिशिष्टात महत्त्वाचे लेखही जोडलेले आहेत. म्हणून हे पुस्तक एकाच वेळी ललित, ललितेतर आहे असे लेखक म्हणतो.

सामाजिक समस्या गाभा असणाऱ्या कथा लिहिताना पात्र निर्मितीविषयी विशेष काळजी घ्यावी लागते. पात्रे एकाच बाजूला लेखकाचे मुखमंत्र होऊ नयेत पण दुसऱ्या बाजूला समस्येच्या दृष्टिकोनातून खलही होऊ नयेत ही काळजी घ्यावी लागते. प्रस्तुत कथासंग्रहातील अपत्य जन्माचे सूत्र असे आहे की, त्यात अपोआप दोन जीवांच्या - पती पत्नी नात्याचे सूत्र गुंतलेले आहे. समस्या सामाजिक असली तरी ती अवतरते कुटुंबात. पती-पत्नी नात्याचा विचारही केवळ दोन व्यक्तींमधील नाते म्हणून करता येत नाही. कारण नकळत हे नातेही सामाजिक संस्काराने घडत असते.

नव्या अपत्याचा जन्म ही घटना ही कुटुंबाच्या अनेक अपेक्षांनी गुंतागुंतीची होत असते. आजच्या काळात कुटुंब जगते - वाढते. तो अवकाश छोटा असल्याने, पूर्वी लहान मुलांचे विषय आणि मोठ्यांचे - अशा ज्या भिंती होत्या त्याही फारशा

उरलेल्या नाहीत.

त्यामुळे श्री. देशमुखांच्या कथेमध्ये नव्या अपत्याच्या जन्माच्या कथानकात भावंडांचाही सहभाग आहे. कधी तो सरळ, निरागस तर कधी मोठ्यांच्या राजकरणातील प्यादे म्हणून, तर कधी प्रत्यक्ष आणि पाठ्यपुस्तकातील मजकूर यातील अंतरामुळे गोंधळलेल्या मनाचा आहे.

प्रारंभीच म्हटल्याप्रमाणे लेखक पतीकडे खलनायक म्हणून पाहात नाही. उदा. 'माधुरी व मधुबाला' मधील पती संवेदनाक्षम, स्त्रीविषयक सहानुभूती बाळगणारा आहे. पण त्याचे विवेकी मन 'मुलगा हवा' या संस्काराला शरण जाते. आपली चूक उमगल्यावर तो अनाथ आश्रमातील बालिकेला आपल्या पत्नीच्या कुशीत ठेवतो आणि पुढच्या वेळी मधुबाला सारखी गोड लेक हवी असेही सांगतो.

पण सारी नाती इतकी सरळ नसतात. 'इमोशनल अत्याचार' या कथेत आपल्या पत्नीवर प्रभाव टाकण्यासाठी आपल्या जुळ्या मुलींचा वापर करणारा नवरा आहे. या कथेत एकत्र कुटुंबाचे वंशाच्या दिव्यासाठी असणारे दडपणही वापरले आहे. काही कथांमध्ये डॉक्टरी व्यवसायाचे क्रूर धंद्यामध्ये होणारे रूपांतर आहे. पाडलेल्या भ्रूणाचे पुरावे नष्ट करण्यासाठी क्रूर कुत्र्यांचा केलेला उपयोग 'लंगडा बाळकृष्ण' डॉ. अरुण लिमये यांनी सत्तरीच्या दशकात वैद्यकीय व्यवसायाविषयी 'क्लोरोफॉर्म' मध्ये केलेल्या लेखनाचे स्मरण करून देते. डॉक्टरांच्या गच्चीवरील गुलाब विशेष का तरारतात असा सूचक प्रश्नही त्यावेळी वादळी वाटला होता.

आदर्शवादी गुरुजी आणि त्यांचा धंदेवाईक मुलगा ही इतरत्र कथा - वाङ्मयात भेटणारी पात्रेही या संग्रहात भेटतात. 'पोलिटिकल हेअर' सारख्या कथेत वंशाचा दिवा ही कल्पना इतर क्षेत्रात कशी पसरते याविषयीची व्यथा आहे. तरुण वा पौगंडावस्थेतील मुले पालकांकडे सूक्ष्मपणे पाहात असतात याची जाणीव आहे.

कथासंग्रह प्रत्यक्ष अनुभवावर रोवलेला असला तरी कथात 'सेव्ह द बेबी गर्ल' या उपक्रमाचा वा जिल्हाधिकाऱ्यांचा उल्लेख असावा का? असा प्रश्न उपस्थित होतो. 'सेव्ह द बेबी गर्ल' या उपक्रमासाठी आणि त्या उपक्रमाचाच ललित दस्तऐवज असणाऱ्या कथांसाठी मराठी वाचक देशमुखांचे आभार मानतील. महत्त्वाच्या विषयावरच्या या पुस्तकाचे परिशिष्टही प्रस्तुत आणि वाचनीय आहे.

मनोविकास प्रकाशनाने सामाजिक महत्त्वाच्या विषयावरचे आणखी एक पुस्तक आपल्याला दिले आहे.

❑

स्त्रीभ्रूण हत्येविरोधातील चळवळ आणि देशमुख यांची कथा

मेघा पानसरे

श्री. लक्ष्मीकांत देशमुख यांच्या 'सावित्रीच्या गर्भात मारलेल्या लेकी' या कथासंग्रहाच्या केंद्रस्थानी स्त्रीभ्रूण हत्येच्या भीषण सामाजिक समस्येचे चित्रण आहे. स्त्रीभ्रूण हत्या या विषयसूत्रावरील कथांत त्यांनी विशेषत: कोल्हापूर परिसरातील मध्यमवर्गीय कुटुंबांची मानसिकता ठळकपणे मांडली आहे.

स्त्रीभ्रूण हत्येची प्रथा भारतीय समाजासाठी नवी नाही. या पितृसत्ताक व्यवस्थेत स्त्रीला प्रदीर्घ कालापासून दुय्यम स्थान आहे. स्त्रीला सर्वच स्तरांवर लिंगभेदाचा सामना करावा लागतो. जन्म व मृत्यू दरातील असमानता, आत्मविकासासाठी मूलभूत सुविधांची - विशेषत: शिक्षणाच्या संधीची - असमानता, रोजगार व व्यावसायिक क्षेत्रात असमानता, मालमत्ता मालकी हक्काची असमानता, कुटुंबसंस्थेतील विषमता अशा अनेक बाबींत लिंगभेद दृष्य वा अदृष्य स्तरावर अस्तित्वात आहे.

स्त्रिया या मूलत:च अगदी आदिम कालापासून कमकुवत, पुरुषावलंबी व दुय्यम दर्जाच्या मनुष्य प्राणी आहेत, असा समज सर्वसामान्यपणे समाजमानसात रुजला आहे. परंतु वास्तवात मानवी सभ्यतेच्या प्राथमिक अवस्थेत मातृसत्ताक व्यवस्था प्रचलित होती. त्या काळात माणसाची ओळख त्याच्या मातेपासून, एका स्त्रीपासून असे. स्त्रिया या पुरुषांच्या बरोबरीने शिकार करत, अन्न मिळवत, टोळीच्या सदस्यांसाठी त्याची वाटणी करत, शिवाय मुक्त लैंगिक संबंधांतून मुलांना जन्म देत, त्यांना वाढवत आणि वंशसातत्यामध्ये महत्त्वाची भूमिका बजावत. काळाच्या ओघात शेतीचा शोधही स्त्रीनंच लावला, असं समाजविज्ञान सांगते. त्यानंतरच्या मानवी समाजविकासाच्या टप्प्यात खाजगी मालमत्तेचा उगम, विवाह संस्थेचा उदय, पितृसत्ताक समाजाची घडण, त्यास मिळालेला धर्मसंस्थेचा आधार, आणि भारताच्या संदर्भात जातिसंस्थेचा उदय, परिणामी स्त्रीचं सामाजिक उत्पादनातून कुटुंबात - घरात बंदिस्त होणं आणि हजारो वर्षे मानसिक गुलामीत राहाणं, हा

इतिहास सांगितला जात नाही; शालेय व उच्च अभ्यासक्रमांतून सकसपणे, प्राधान्यानं शिकवला जात नाही. त्यामुळंच निसर्गानं केलेली स्त्री-पुरुष ही परस्परपूरक निर्मिती उच्च-नीच व श्रेष्ठ-कनिष्ठ अशा सांस्कृतिक व सामाजिक उतरंडीमध्ये एका शोषक व्यवस्थेच्या दलदलीत अडकली आहे. याच्याच परिणामी असंख्य स्त्रिया आज २१व्या शतकातही दुय्यम, शोषितांचं जिणं जगत आहेत. त्यांचं स्थान उंचावून त्यांना समाजात पुरुषांइतकाच समान दर्जा मिळावा, त्यांना समान मानवी अधिकार मिळावेत यासाठी त्या सातत्यानं संघर्ष करत आल्या आहेत. त्यांच्या रोमांचकारी संघर्षाचा इतिहास अर्थातच फारसा ज्ञात नाही. कारण मानवी समाजाचा हा इतिहास पितृसत्ताक दृष्टिकोनातून लिहिला गेला आहे. असो.

हजारो वर्षे स्त्री-पुरुष विषमतेच्या पायावर चालत आलेल्या या समाजात आज स्त्रीच्या अस्तित्वालाच गंभीर धोका निर्माण झाला आहे. २००१ च्या जनगणनेमध्ये कोल्हापूर जिल्ह्यातील ०-६ वयोगटातील दर १००० मुलांमागे मुलींचं प्रमाण ९३१ (१९९१) वरून ८३९ इतकं कमी झाल्याचं निष्पन्न झालं, आणि अनेक संवेदनशील घटक, स्त्री संघटनांच्या कार्यकर्त्या कमालीचे चिंतित झाले. राज्यात १९९१ च्या तुलनेत मुलींच्या प्रमाणात १०० पेक्षा जास्त घट झालेले नऊ तालुके होते. त्यात पन्हाळा, कागल, राधानगरी व करवीर हे चार तालुके कोल्हापूर जिल्ह्यातील होते. १९८० नंतर विज्ञान व तंत्रज्ञानात मोठी प्रगती झाली. आधुनिक वैद्यक तंत्रज्ञानाच्या साहाय्यानं प्रसूतिपूर्व लिंगनिदान करून स्त्रीगर्भ असल्यास गर्भपात करण्याचं प्रमाण प्रचंड वाढलं. खरं तर 'माझ्या शरीरावर माझा हक्क' ही घोषणा स्त्रीवादी चळवळीने ठळकपणे समाजासमोर मांडली आहे. परंतु तरीही संतती नियमन, गर्भधारणा, गर्भपात वा अपत्याचा जन्म इत्यादी पुनरुत्पादनाशी संबंधित बाबींत स्त्रीशरीर विविध सांस्कृतिक बंधनांत अडकलेलं आहे. 'मुलगी नको, मुलगा हवा' ही मानसिकता स्त्रीचा मातृत्वाचा नैसर्गिक हक्कही नाकारते. मुलीस जन्म देणाऱ्या मातेला मुलाच्या मातेपेक्षा समाजात, कुटुंबात कनिष्ठ दर्जा आहे. तिला धार्मिक, कौटुंबिक सण व उत्सवात दुय्यम स्थान आहे. दोन वा जास्त मुली असणाऱ्या मातेस कुटुंबात हीन वागणूक मिळते. मुलगा होण्याच्या अपेक्षेत तिच्यावर कित्येक वेळा गर्भधारणा, गर्भपात वा बाळंतपण लादलं जातं. परिणामी अनेक स्त्रिया स्वत:च स्त्रीलिंगी भ्रूणाच्या निदानानं वा मुलीच्या जन्मानं दु:खी होतात. अनेक जणी निखळ मातृत्व अनुभवण्याचा, मुलगी होण्याचा आनंदही व्यक्त करू शकत नाहीत. कोल्हापूरात मातेनं स्वत:च्या नवजात मुलीची हत्या केल्याची उदाहरणं आहेत. अशा स्त्रीसंबंधी 'अतिशय क्रूर जन्मदात्री' असे उल्लेख बातम्यांत प्रसिद्ध झाले होते. परंतु प्रत्यक्षात स्वत: जन्म दिलेल्या निष्पाप जीवास

ठार मारण्याची कृती करण्यामागं स्त्रीला किती टोकाचा भावनिक व मानसिक ताण, छळ सहन करावा लागतो, ते त्या स्त्रीलाच माहीत असतं. मुलगी झाली तर पुन्हा घरी, सासरी जाता येणार नाही, माहेरी राहून अपमानित जिणं स्वीकारावं लागेल याचं भय स्त्रीला अशी अमानवी कृती करायला भाग पाडतं.

या पार्श्वभूमीवर कोल्हापूर परिसरातील स्त्री संघटना गंभीरपणे या समस्येचा वेध घेण्याचा प्रयत्न करू लागल्या. भारतीय महिला फेडरेशननं २००७ - २००८ या काळात संयुक्त राष्ट्र लोकसंख्या निधी (UNFPO) या संस्थेसोबत पन्हाळा तालुक्यात 'कन्या वाचवू या' ही व्यापक मोहीम राबवली. या मोहिमेच्या अंतर्गत प्रामुख्यानं समाजप्रबोधनाचं कार्य हाती घेतलं. लोकांना मुलीच्या जन्माबाबत भावनिक आवाहन करण्याचा प्रयत्न झाला. मुंबईतील 'एक्सपेरिमेंटल थिएटर फाऊंडेशन' चे श्री. मंजुल भारद्वाज यांच्या साहाय्यानं 'कन्या वाचवू या' या विषयावर शालेय व महाविद्यालयीन तरुणांची दोन पथनाट्य शिबिरं आयोजित केली. त्यातून विद्यार्थ्यांकडून संहितालेखन, नाट्य दिग्दर्शन व अभिनय अशा सर्वच स्तरांवर काम करून घेण्यात आलं. मंजुल भारद्वाज यांच्या 'थिएटर ऑफ रिलेव्हन्स' या तत्त्वज्ञानानुसार झालेल्या नाट्यनिर्मिती प्रक्रियेतून सहभागी तरुण - तरुणींचा स्त्रीभ्रूण हत्या व विषयाशी वैचारिक व भावनिक बंध जुळला. या नाटकांचे १०० च्या वर प्रयोग पन्हाळा तालुक्यात खेडोपाडी करण्यात आले. कलाकार विद्यार्थी नाट्यप्रयोगानंतर गावातील लोकांशी बोलत, चर्चा करत. शालेय गटातील एका कलाकार मुलीनं तिच्या गावात सर्वांसमक्ष आपल्या कुटुंबात काकीवर गर्भलिंग निदानासाठी सोनोग्राफी करण्यास दडपण आणले जात असल्याची चर्चा जाहीरपणे केली आणि असे करण्यास आपला विरोध असल्याचं सांगितलं. नाटक पाहून अश्रू ढाळणाऱ्या काही मातांनी स्वत: गर्भपात करून घेतल्याचं कबूल केलं आणि पुन्हा गर्भलिंग निदान न करण्याचा संकल्प केला. नाटकाच्या माध्यमातून समाजातील प्रचलित पुरुषसत्ताक व्यवस्था, कुटुंबातील स्त्री-पुरुष विषमता, स्त्रियांचा अपत्य जन्माचा व गर्भपाताचा अधिकार, गर्भपाताविषयीच्या कायद्याच्या स्त्रीगर्भ हत्येसाठी होणारा गैरवापर, समाजात मुलांइतकंच मुलींच्या जन्माचं महत्त्व अशा विविध मुद्द्यांवर सर्वच स्तरांवरील लोकांच्यात एक वैचारिक मंथन घडवून आणण्यासाठी महिला फेडरेशन प्रयत्नशील राहिली.

याच दरम्यान शालेयपूर्व शिक्षण घेणाऱ्या वयोगटातील म्हणजे अंगणवाडी व शिशुगृहातील मुलांच्या पालकांच्या अनौपचारिक बैठका घेतल्या. बहुसंख्य पालकांचं पहिलं वा दुसरं मूल अशा संस्थांत शिकायला असतं. पहिल्यावहिल्या अपत्यप्राप्तीचा आनंद, त्याचं कौतुक त्यांच्या जीवनात एक मौल्यवान आनंद

आणतं. त्यातील अनेक पालक भविष्यात दुसऱ्या अपत्यास जन्म देण्याचा विचार करत असतात. त्यांना गर्भाचं लिंग निदान करून न घेता मुलगा व मुलगीस जन्म देण्यास प्रवृत्त करण्याचा प्रयत्न या टप्प्यावर महत्त्वाचा ठरतो. विशेषत: पहिली मुलगी असणाऱ्या पालकांना असं करण्यास प्रवृत्त करणं अत्यंत निर्णायक असतं. खरं तर अशी जाणीव जागृती करणं, ही एक अत्यावश्यक सामूहिक कृती असते. स्त्रियांना कुटुंबात नातेवाईकाकडून होणाऱ्या गर्भलिंग निदानाच्या आग्रहास बळी न पडण्यास, स्वत:चे मत मांडण्यास बळ देण्याची गरज असते.

या मोहिमेअंतर्गत पन्हाळा तालुक्यातील २२० अंगणवाडी व बालवाडी शिक्षिकांचं दोन दिवसीय शिबिर घेण्यात आलं. अंगणवाडी व बालवाडी शिक्षिका व ग्रामीण भागातील घरोघरी संपर्क असणाऱ्या, गावात मान्यता असणाऱ्या स्त्रिया असतात. त्यांच्या शिबिरात या समस्येची सर्व अंगांनी मांडणी झाली. स्त्रीभ्रूण हत्येच्या सामाजिक कारणांची चर्चा झाली. कायद्याची ओळख करून देण्यात आली. पण सर्वात महत्त्वाचं म्हणजे दूरगामी भीषण सामाजिक परिणामांची चर्चा झाली. हरियाना व राजस्थानात लग्नासाठी होणारी वधू खरेदी, फसवणूक वा जबरदस्तीनं कुटुंबातील एकापेक्षा जास्त पुरुष सदस्यांसोबत राहाण्यास भाग पाडलं जाणं या सर्व क्लेशदायी घटना स्त्रीभ्रूण हत्येशी संबंधित असल्याची वस्तुस्थिती प्रथमच त्यांच्यासमोर आल्याचं त्यांनी सांगितलं. स्त्रियांची संख्या कमी झाल्यास समाजात त्यांची मागणी वाढेल व त्यांना महत्त्व येईल, असा समज काही सहभागी स्त्रियांनी व्यक्त केला. परंतु प्रत्यक्षात स्त्रियांवरील लैंगिक हिंसा वाढेल, त्यांच्यावरील बंधने वाढून त्या पुन्हा घराच्या आत बंदिस्त होतील, असं भयावह चित्र त्यांच्यासमोर आलं. त्या या एकूण समस्येबाबत गंभीर झाल्या. गावातील गर्भवती स्त्रियांची नोंद ठेवून त्यांना गर्भलिंग निदानापासून परावृत्त करण्याची, त्यांच्या प्रसूतीबाबत माहिती घेण्याची जबाबदारी त्यांनी घेतली. हे मोठेच यश होते.

एका बाजूला मुलगी नको असणारी कुटुंबं आणि दुसऱ्या बाजूला उच्चशिक्षित, पण निव्वळ पैशासाठी सोनोग्राफी करून स्त्रीगर्भ हत्या करणारे डॉक्टर अशी परिस्थिती समाजात आहे. कोल्हापूरातील अशा काही डॉक्टरांवर कायदेशीर कारवाई करण्यात सहभाग असणारा एक घटक म्हणजे वकील. पन्हाळा तालुक्यातील वकिलांची एक कार्यशाळा पन्हाळा येथे झाली. त्यात गर्भधारणा व प्रसूतीपूर्व लिंग निदान चाचणी व लिंगनिवड आधारित गर्भपात रोखण्यासाठी असलेला PCPNDT कायदा, त्यातील पळवाटा यांची चर्चा झाली. अखेरीस अनेक सहभागी तरुण वकिलांनी अशा प्रकरणांत दोषी डॉक्टरांच्या बाजूने वकिली न करण्याचा निर्धार केला.

या व्यापक कृती माहिमेनंतरही लिंग निदान करणाऱ्या सोनोग्राफी केंद्राची संख्या वाढून गर्भपातांची संख्या वाढत असल्याचं चित्र स्पष्टपणे दिसत होतं. त्यामुळे वैद्यकीय क्षेत्रास काळिमा फासणाऱ्या अशा डॉक्टरांवर कायदेशीर कारवाई करण्याची मागणी जोर धरू लागली. तसेच महिला फेडरेशनच्या कार्यकर्त्यांनी स्टिंग ऑपरेशन करून लिंगनिदान व लिंगनिवडीवर आधारित गर्भपात करणाऱ्या डॉक्टरांना पकडण्याचे सत्र सुरू केले. परंतु त्यांच्यावरील कायदेशीर प्रक्रिया अतिशय त्रासदायक व किचकट होती. शासकीय इस्पितळातील सिव्हिल सर्जन, महानगरपालिकेचे आरोग्य अधिकारी व पोलिस खाते यांच्यासोबत व्यवहार करणं कमालीचं त्रासदायक होतं. कार्यकर्त्यांना नैराश्य जाणवू लागलं.

या पार्श्वभूमीवर २००९ साली कोल्हापूरात श्री. लक्ष्मीकांत देशमुख जिल्हाधिकारी म्हणून रुजू झाले. ज्या विज्ञान-तंत्रज्ञानाच्या प्रगतीमुळं स्त्रीगर्भ हत्या इतकी सहज व मोठ्या प्रमाणात होऊ लागली होती, त्याच (माहिती) विज्ञान - तंत्रज्ञानाच्या मदतीनं त्यांनी 'सेव्ह द बेबी गर्ल' हा उपक्रम आणि 'सायलेंट ऑब्झर्व्हर' हा प्रयोग सुरू केला. अनेक बेकायदेशीर सोनोग्राफी केंद्रांवर धाडी टाकल्या. स्त्री संघटनांच्या कार्यकर्त्यांना दोषी डॉक्टर पकडण्यात सहकार्य केलं. उच्चपदस्थ प्रशासकीय अधिकारी जर सामाजिक समस्यांबाबत संवेदनशील असतील तर प्रगतीशील प्रवाहास मदत होते. दरम्यान हे शोध-तंत्रज्ञान विकसित झालं. इतर राज्यांत त्याची उपयुक्तता तपासून पाहाण्याचे प्रयत्न झाले. पण अद्यापही समाजातील स्त्रीगर्भ हत्या पूर्णपणे रोखण्यात यश मिळालेले नाही.

श्री. लक्ष्मीकांत देशमुख यांनी त्यांच्या संवेदनेच्या आविष्कारासाठी कथालेखनाचा सृजनशील मार्ग स्वीकारला आहे. त्यांच्या 'सावित्रीच्या गर्भात मारलेल्या लेकी' या कथा संग्रहाच्या माध्यमातून लेखकानं पती-पत्नी, अपत्याचा जन्म, मुले म्हणजे कुटुंब आणि बाहेरचे जग यांच्यातील नात्याचं संवेदनशीलपणे चित्रण केलं आहे. 'माधुरी व मधुबाला' या कथेतील सरिता आणि गणेशची कहाणी प्रतिनिधिक आहे. पहिल्या गर्भधारणेनंतर मातृत्वाच्या चाहुलीनं फुलणाऱ्या नवविवाहित स्त्रीचं उत्कट भावविश्व इथं मोठ्या प्रभावीपणे उमटलेलं दिसतं. पण गर्भपातानंतर स्वत:च्या शरीराचा एक हिस्सा असणाऱ्या गर्भाशी असणारी तिची जैविक नाळ तुटून ती सैरभैर होते. तिचं रिकामपण तिला उद्ध्वस्त करतं. त्याचवेळी पुरुषसत्ताक व्यवस्थेच्या 'वंशाला दिवा हवा' या तत्त्वाचा बळी असणारा पती अपत्यजन्माचा नैसर्गिक आनंदही उपभोगू शकत नाही. शेवटी निराधार मुलीस दत्तक घेऊन आपल्या अपराधाचं प्रायश्चित्त करणारा पती एक योग्य पाऊल उचलतो. इथं 'माझ्या शरीरावर माझा हक्क' ही स्त्रीवादी घोषणा महत्त्वाची वाटते. मुलाला जन्म देण्याचा

किंवा नियोजनाविना वा इच्छेविरुद्ध राहिलेल्या व नको असलेल्या गर्भधारणेत मुलाला जन्म न देण्याचा अधिकार स्त्रीला प्रत्यक्ष वापरता आला पाहिजे. कुटुंबामध्ये जर सामंजस्य व समता असेल तर हे निर्णय परस्परांशी चर्चा करून घेतले जाऊ शकतात. पण आपल्या कुटुंबरचनेत लोकशाहीचं तत्त्व नसल्यानं असंख्य स्त्रिया मातृत्वाच्या निर्णय प्रक्रियेत निष्क्रिय राहातात. त्यांच्यावर मातृत्व वा गर्भपाताचा निर्णय लादला जातो. 'इमोशनल अत्याचार' या कथेतही पहिल्या जुळ्या मुलींनंतर मुलाचा आग्रह धरणारा पती लिंगनिदान करून पत्नीला गर्भपात करण्यास भाग पाडतो. शिवाय यात स्वतःच्या मुलींचा वापर करतो. कुटुंबातील इतर नातेवाईक 'मुलगा हा वंशाचा दिवा' या पारंपरिक विचाराचं दडपण कसं आणतात हेही स्पष्टपणे दाखवलं आहे. 'धोकादायक आशावादी' या कथेतील एका प्रामाणिक व संवेदनशील बापाचा धंदेवाईक मुलगा पैशासाठी अनैतिक व बेकायदेशीर रीतीनं लिंगनिवडीवर आधारित गर्भपात करतो त्याचं चित्रण आहे. शेवटी स्वतःच्या मुलाविरुद्ध कृती करणारा आदर्शवादी शिक्षक ही व्यक्तिरेखा एक सकारात्मक भूमिका मांडते. 'पोलिटिकल हेअर' या कथेत पौगंडावस्थेतील मुलं कुटुंबातील सदस्यांच्या व्यवहाराकडे किती सूक्ष्म व सजगपणे पाहतात, ते स्पष्टपणे दिसते. गर्भपात व स्त्रीच्या शरीरावर त्याचा होणारा परिणाम याची माहिती इंटरनेटवरून मिळवून आईसाठी अस्वस्थ होणारी मुलगी मध्यमवर्गीय नव्या पिढीची प्रतिनिधी आहे. 'लंगडा बाळकृष्ण' या कथेत गर्भपातानंतर भ्रूणाचे पुरावे नष्ट करण्यासाठी ते क्रूर कुत्र्यांना खायला देणाऱ्या डॉक्टरचं चित्रण आहे. अवघ्या महाराष्ट्राला हादरवून सोडणाऱ्या एका घृणास्पद वास्तव घटनेवर आधारित ही कथा मानवी विकृती किती टोकाला गेली आहे त्याचा शहारे आणणारा अनुभव देते.

अलीकडेच पुण्याच्या गोखले इंस्टिट्यूट ऑफ पॉलिटिक्स अँड इकॉनॉमिक्सच्या एक प्रतिनिधी एका अभ्यासाच्या निमित्तानं कोल्हापूरात आल्या होत्या. सर्वात अलीकडील पाहाणीत कोल्हापूरातील ० ते ६ वयोगटातील दर हजारी मुलांमागं मुलींच्या प्रमाणात काही अंशानं वाढ झाली असल्याची माहिती मिळाल्याच्या पार्श्वभूमीवर त्याची सत्यासत्यता तपासणे आणि ही माहिती सत्य असल्यास त्यामागील कारणांचा वेध घेणे या उद्देशाने त्या स्त्री संघटनांच्या प्रतिनिधींना भेटत होत्या. त्यांच्याशी चर्चा करताना एकूणच गेल्या दहा वर्षातील कोल्हापूर जिल्ह्यातील स्त्रीभ्रूण हत्येची समस्या आणि संबंधित घटकांच्या उपक्रमांचा आढावा घेता आला. या समस्येचं गांभीर्य पाहाता समाज त्याबाबत अतिशय असंवेदनशील आहे, अशी खंत सतत स्त्री कार्यकर्त्यांना जाणवत होती. परंतु स्त्री चळवळीचे विविध उपक्रम व संघर्ष यातून काही ना काही मूल्ये समाजमानसात झिरपतात, याची जाणीव

झाली. याबाबत समाजाची 'मुलगी नको' ही मानसिकता बदलण्यासाठी प्रबोधन करण्याच्या दीर्घ चळवळीबरोबरच कायद्याच्या कडक अंमलबजावणीसाठी प्रयत्न करणं आणि स्त्रीभ्रूणांची निर्घृण कत्तल करणाऱ्या डॉक्टरांना कडक शिक्षा करण्यासाठी प्रयत्न करणं, त्यांना सामाजिक प्रतिष्ठा देणं थांबवणं याही पातळीवर लढा तीव्र केला पाहिजे.

ज्या समाजात स्त्री सुरक्षित असेल, स्त्री-पुरुष समता असेल तोच समाज प्रगतीच्या दिशेने वाटचाल करू शकतो, हे सत्य समाजमानसावर बिंबवण्याची आवश्यकता आहे.

❑